Heildar leiðbeiningar um háþrýstingseldun

100 hollar og bragðgóðar uppskriftir fyrir hraðsuðupottinn þinn

Margrét Audunsdottir

Allur réttur áskilinn.

Fyrirvari

Upplýsingunum sem er að finna í þessari rafbók er ætlað að þjóna sem alhliða safn aðferða sem höfundur þessarar rafbókar hefur rannsakað. Samantektir, aðferðir, ábendingar og brellur eru einungis mælt með af höfundi og lestur þessarar rafbókar mun ekki tryggja að niðurstöður manns muni nákvæmlega endurspegla niðurstöður höfundar. Höfundur rafbókarinnar hefur lagt allt kapp á að veita lesendum rafbókarinnar núverandi og nákvæmar upplýsingar. Höfundur og félagar hans munu ekki bera ábyrgð á óviljandi villu eða vanrækslu sem kunna að finnast. Efnið í rafbókinni getur innihaldið upplýsingar frá þriðja aðila. Efni frá þriðja aðila samanstanda af skoðunum frá eigendum þeirra. Sem slíkur tekur höfundur rafbókarinnar ekki ábyrgð eða ábyrgð á efni eða skoðunum þriðja aðila. Hvort sem það er vegna framfara internetsins, eða ófyrirséðra breytinga á stefnu fyrirtækisins og leiðbeiningum um ritstjórn, getur það sem fram kemur sem staðreynd þegar þetta er skrifað orðið úrelt eða óviðeigandi síðar.

Rafbókin er höfundarrétt © 202 2 með öllum rétti áskilinn. Það er ólöglegt að endurdreifa, afrita eða búa til afleitt verk úr þessari rafbók í heild eða að hluta. Enga hluta þessarar skýrslu má afrita eða endursenda á nokkurn hátt afrita eða endursenda á nokkurn hátt án skriflegs og undirritaðs leyfis höfundar.

EFNISYFIRLIT

EFNISYFIRLIT 3
INNGANGUR 7
MORGUNMATUR 8
   1. Ostur poblano frittata 9
   2. Sætar kartöflur og egg karabísk morgunmatur burritos 12
   3. Pylsa og jalapeño ostur gryn 16
FORRÉTTIR 19
   4. Spínat ætipistladýfa 20
   5. Cherry chipotle kjúklingavængir 23
   6. Yndislega ljúffeng djöflaegg 26
   7. Nautakjöts „bygg" súpa með sorghum 29
   8. Gufusoðnir ætipistlar með krydduðum hvítlauksaioli 33
   9. Porcini sveppapaté smurt 37
   10. Gufusoðið maís 40
SÚPUR OG CHILI 42
   11. Svart baunasúpa með kóríander-lime rjóma 43
   12. Kryddað squash súpa 47
   13. Draumkennd rjómalöguð tómatsúpa 51
   14. Grasker svartur baun chili 54
   15. Rib-stickin' chili 58
   16. Kjúklingakraftur 61
   17. Grænmetisstofn 64
   18. Rjóma úr rjóma og engifer súpa 67
   19. New England clam chowder 70
   20. Smákjötbollusoð 74
   21. Svartbaunasúpa 78

22. Rautt linsubauna chili 81
23. Grænmetisland Chili 84
24. Steiktur kalkúnn chili 88
25. Butternut Squash og Linsubaunasúpa 91
26. Skinku- og Pinto-baunasúpa 94

SALÖT OG MEÐBÆR 126

37. Ítalskt cannellini & myntu salat 127
38. Kryddað blómkáls- og sítrussalat 129
39. Cilantro lime kjúklinga taco salat 132
40. 1 mínúta kínóa 136
41. Fullkomin basmati hrísgrjón 139
42. Fullkomin jasmín hrísgrjón 141
43. Fullkomin brún hrísgrjón 143
44. Endursteiktar baunir 145
45. Sikileysk grænmetisblanda 148
46. Klassísk kartöflumús 152
47. Steiktar barnakartöflur 155

KORN OG HRÍSGRJÓN 158

48. Hrísgrjónapílaf 159
49. Bragðmikil rjómalöguð polenta 162
50. Hirsi og kjúklingasalat 164
51. Fullkomin hrísgrjón í hvert skipti 168
52. Quinoa grænmetissalat með sítrónuvínaigrette 171
53. Saffran risotto 175
54. Rjómalöguð mac and cheese með stökku beikoni 179
55. Klassískt lasagna með kjötsósu 183
56. Grænmetismakkarónusalat 188
57. Rækjur og pasta í sítrónurjómasósu 191
58. Svínakjöt Marsala og penne pasta 195

AÐALRÉTTUR ... 199

59. KLASSÍSKUR HEILBAKAÐUR KJÚKLINGUR ... 200
60. BBQ BABY AFTUR RIF ... 203
61. GAMALDAGS.POTTSTEIKUR MÖMMU ... 206
62. SUÐVESTUR KJÖTBRAUÐ ... 210
63. STEIKTAR KALKÚNABRINGUR MEÐ AUÐVELDRI SÓSU ... 214
64. RÆKJA OG GRJÓN ... 218
65. DÁSAMLEG KJÖTBOLLA STROGANOFF ... 222
66. GRÆNMETISLASAGNE ... 226
67. LENTIL SLOPPY JOES ... 230
68. ÓTÓTTAR GRATÍNAÐAR KARTÖFLUR ... 233
69. „HITS THE SPOT" BRUSSEL SPÍRA ... 236
70. BRAUÐ BRAGÐMIKIÐ MAÍS ... 239
71. MAÍSBRAUÐSFYLLING ... 242
72. KARTÖFLUMÚS ... 246
73. RAUÐUR, HVÍTUR OG GRÆNN RÓSAKÁL ... 249
74. LEMONY ENSKAR BAUNIR & ASPAS ... 252
75. MAROKKÓSK LAMBA TAJINE ... 254
76. KÓKOSFISKKARRÝ ... 258
77. LIGURIAN SÍTRÓNU KJÚKLINGUR ... 261
78. NAUTASTEIK MEÐ KARTÖFLUM & GULRÓTUM ... 265
79. GUFUSOÐIN RIF MEÐ GLÆRUM HRÍSGRJÓNUM ... 269
80. KRYDDUÐ PASTAFIÐRILDI ... 272
81. ASPAS VORRISOTTO ... 275
82. KJÚKLINGA- OG KARTÖFLUHRÍSGRJÓN ... 278
83. GUFUSOÐIN GRÍSARIF MEÐ SÖXUÐUM HRÍSGRJÓNUM ... 281
84. EASY CHILI COLORADO KÆFÐUR BURRITOS ... 284
85. KĀLUA SVÍNAKJÖT ... 286
86. AUÐVELT OSSO BUCO ... 288
87. HNETUKJÚKLINGUR OG SYKURBAUNIR MEÐ NÚÐLUM ... 292

EFTIRLITUR **295**

88. EPLI KANIL RÚSÍNU BRAUÐBÚÐINGUR 296
89. OSTAKAKA AÐ HÆTTI NEW YORK 299
90. HRÍSGRJÓNABÚÐINGUR MEÐ RÚSÍNUM 303
91. EINSTAKAR KEY LIME OSTAKÖKUR 306
92. SÆTKRYDDAÐ EPLAMAUK 310
93. TVÖFÖLD SÚKKULAÐI FUDGE OSTAKAKA 313
94. MEXÍKÓSK SÚKKULAÐI PUND KAKA 318
95. SÚKKULAÐI , APPELSÍNUR OG ÓLÍFUOLÍA NMINI HRAUNKAKA 322
96. Piña colada hrísgrjónabúðingur 319 _ 325

KYNNING

Þrýstieldavél er loftþéttur pottur sem framleiðir gufuhita til að elda mat fljótt. Þrýstieldavélin kom fyrst fram árið 1679 sem Papin's Digester, nefndur eftir uppfinningamanni sínum, franskættaða eðlisfræðingnum Denis Papin . Eldavélin hitar vatn til að framleiða mjög heita gufu sem þvingar hitastigið inni í pottinum upp í 266 °F (130 °C), umtalsvert hærra en hámarkshiti sem mögulegur er í venjulegum potti. Hærra hitastig hraðsuðupotts smýgur fljótt inn í matinn og dregur úr eldunartíma án þess að minnka vítamín- og steinefnainnihald.

Þrýstieldar eru sérstaklega gagnlegir í mikilli hæð, þar sem þeir draga úr vandamálum við lághita suðu af völdum minnkaðs loftþrýstings.

Morgunmatur

1. Ostur poblano frittata

HRÁEFNI

1 matskeið (15 ml) ólífu- eða jurtaolía 1/4 bolli (40 g) fínt saxaður laukur
2 poblano paprikur, fræhreinsaðar og smátt saxaðar
1 rauð paprika, kjarnhreinsuð, fræhreinsuð og smátt skorin
1 matskeið (1 g) fínt söxuð fersk kóríanderlauf, auk meira til skrauts
1/2 tsk malað kúmen
6 stór egg
1 bolli (235 ml) hálf og hálfur
1/2 tsk kosher eða fínt sjávarsalt
1/4 tsk nýmalaður svartur pipar
1 bolli (120 g) rifinn Colby eða cheddar ostur, skipt
Fyrir eldunarpottinn
11/2 bollar (355 ml) vatn

LEIÐBEININGAR

Sprautaðu 7 x 3 tommu (18 x 6 cm) kringlótt bökunarpönnu með nonstick grænmetisspreyi (ekki nota tegund með hveiti í). Rífðu af álpappír sem er nógu stórt til að hylja pönnuna og úðaðu annarri hliðinni með eldunarspreyinu.

Ýttu á Sauté á rafmagns hraðsuðupottinum þínum. Bætið olíunni í innri pottinn. Bætið lauknum og paprikunni út í þegar það er glitrandi og heitt. Eldið, hrærið oft til að hjúpa olíunni, þar til það er mýkt, um það bil 5 mínútur. Hrærið kóríander og kúmen út í. Ýttu á Hætta við. Flyttu grænmetið í skál.

Þurrkaðu af innri pottinum, settu hann aftur í hraðsuðupottinn, settu túss í botninn og helltu vatni út í.

Þeytið eggin saman í skál, hálft og hálft, salt og pipar. Hrærið soðnum lauk og papriku saman við og 3/4 bolla (90 g) af ostinum. Hellið í undirbúið bökunarform. Stráið eftir 1/4 bolla (30 g) osti yfir. Hyljið toppinn með álpappírnum, með sprautuðu hliðinni niður, krumpið það í kringum brúnirnar á pönnunni. Notaðu stroff til að lækka það í innri pottinn.

Lokaðu og læstu lokinu og vertu viss um að gufulosunarhandfangið sé í þéttingarstöðu. Eldið við háan þrýsting í 20 mínútur. Þegar því er lokið skaltu sleppa þrýstingnum náttúrulega í 10 mínútur, snúa síðan gufulosunarhandfanginu að loftræstingu og losa þá gufu sem eftir er. Opnaðu lokið og opnaðu það varlega.

Notaðu slönguna til að lyfta pönnunni upp úr pottinum. Settu á vírkæligrindi og fjarlægðu álpappírinn varlega. Notaðu pappírshandklæði til að klappa umframvökva ofan á frittata. Ef þú vilt geturðu sett pönnuna undir grillið til að bæta lit á toppinn.

Skerið í báta, notaðu spaða til að færa bitana yfir á diska og stráið ofan á kóríander yfir ef þess er óskað. Berið fram heitt.

2. Sætar kartöflur og egg karabíska morgunmat burritos

HRÁEFNI

FYRIR KARTÖFLUNA

1 bolli (235 ml) vatn eða grænmetiskraftur
1/2 pund (227 g) sætar kartöflur, skrældar og skornar í litla teninga
Kosher eða fínt sjávarsalt og nýmalaður svartur pipar
Fyrir fyllinguna
2 matskeiðar (30 ml) ólífu- eða jurtaolía, skipt
1/2 laukur, smátt saxaður
1/2 rauð paprika, fræhreinsuð og smátt skorin
1 tsk chipotle duft
1 bolli (240 g) niðursoðnar svartar baunir, skolaðar og tæmdar
6 stór egg

FYRIR SAMSETNINGU

4 stórar tortillur
1/2 bolli (120 g) salsa, eins og tomatillo, salsa verde , salsa roja eða pico de gallo
1 bolli (120 g) rifinn Monterey Jack, pepper Jack eða Colby ostur
Nýkreistur lime safi Fersk kóríanderlauf, saxað

LEIÐBEININGAR

KARTÖFLUR

Helltu vatninu í botninn á innri pottinum á rafmagns hraðsuðupottinum þínum. Settu gufukörfu í pottinn og hrúgaðu kartöflunum í körfuna. Lokaðu og læstu lokinu og vertu viss um að gufulosunarhandfangið sé í þéttingarstöðu. Eldið við háþrýsting í 2 mínútur. Slepptu náttúrulega þrýstingnum í 2 mínútur, slepptu síðan þrýstingnum sem eftir er með því að snúa gufulosunarhandfanginu að loftræstingu. Ýttu á Hætta við. Opnaðu lokið og opnaðu það varlega. Takið kartöflurnar upp úr pottinum, kryddið með salti og pipar, setjið til hliðar og haldið heitum. Kartöflurnar má elda daginn á undan og hita upp aftur áður en eggin eru soðin og burritosin eru sett saman.

FYLLING

Á meðan kartöflurnar eru að eldast, hitaðu 1 matskeið (15 ml) af olíunni í 10 tommu (25 cm) pönnu og eldaðu laukinn og piparinn í 5 mínútur til að mýkjast aðeins. Bætið chipotle duftinu og baununum á pönnuna og hitið í gegn. Notaðu göt til að setja grænmetið yfir í skál og hylja til að halda hita.

Bætið 1 matskeið (15 ml) olíu sem eftir er á pönnuna. Þeytið eggin í skál þar til þau hafa blandast saman, hellið síðan í pönnuna og eldið, hrærið stöðugt, þar til þau eru hrærð. Takið pönnuna af hitanum. Skerið eggin í litla bita með því að nota spaða. Hrærið baununum og grænmetinu út í eggin og haldið heitu.

SAMSETNING

Hitið tortillurnar létt og leggið fjórðung af kartöflum og fjórðung af eggjum á hverja. Efst með

2 matskeiðar (30 g) af salsa og ca

1/4 bolli (30 g) af rifnum osti.

Stráið smá limesafa og smá kóríander yfir, rúllið varlega upp og berið fram á meðan það er heitt. Ef þau eru viðkvæm og eiga það til að rifna skaltu borða þau með gaffli.

Afrakstur: 4 skammtar

3. Pylsa og jalapeño ostur

HRÁEFNI

3 matskeiðar (45 ml) ólífu- eða jurtaolía, skipt
1/2 pund hrá (227 g) mild heimagerð pylsa
1/4 bolli (40 g) fínt saxaður laukur
1/2 jalapeño pipar, smátt saxaður, eða meira eftir smekk
1 bolli (140 g) steinmalað grjón (ekki skyndibitakorn)
3 bollar (705 ml) kalt vatn
1 1/2 bollar (355 ml) hálf og hálfur eða þungur rjómi
2 teskeiðar (12 g) kosher eða fínt sjávarsalt
1 bolli (120 g) rifinn cheddar ostur, skipt

LEIÐBEININGAR

Ýttu á Sauté og hitaðu 1 matskeið (15 ml) af olíunni í innri pottinum á hraðsuðupottinum þínum. Þegar það er heitt, bætið við pylsunni og eldið, hrærið oft, þar til hún er alveg brún. Brjóttu upp allar kekkjur sem myndast, haltu bitunum litlum og auðvelt að borða. Bætið lauknum og jalapeño út í og hrærið saman. Eldið í um 3 mínútur til að mýkja grænmetið. Færið í skál og setjið til hliðar.

Bætið hinum 2 matskeiðum (30 ml) olíunni og grjónunum í innri pottinn og eldið, hrærið oft, í 1 mínútu, þar til olían hefur frásogast og grjónin eru létt ristuð. Hrærið vatninu út í, hálft og hálft og saltið. Ýttu á Hætta við.

Lokaðu og læstu lokinu og vertu viss um að gufulosunarhandfangið sé í þéttingarstöðu. Eldið við háþrýsting í

10 mínútur. Þegar því er lokið skaltu sleppa þrýstingnum náttúrulega í 10 mínútur, snúa síðan gufulosunarhandfanginu að loftræstingu og losa þá gufu sem eftir er. Opnaðu lokið og opnaðu það varlega.

Peytið grjónin þar til slétt. Ef þær eru of þykkar og þungar skaltu bæta við matskeið (15 ml) mjólk eða meira eftir þörfum til að fá rjóma áferð. Hrærið pylsublöndunni út í grjónin. Bætið helmingnum af ostinum út í og hrærið þar til hann er bráðinn. Skellið í afgreiðsluskálar og toppið með ostinum sem eftir er. Berið fram strax.

Afrakstur: 4 skammtar

FORréttir

4. Spínat þistilhjörtu ídýfa

HRÁEFNI

1 (10 aura, eða 280 g) pakki frosið spínat, þiðnað, saxað og vel tæmt
1 (14 aura, eða 392 g) dós þistilhjörtu, tæmd og gróft hakkað
4 hvítlauksgeirar, saxaðir
1/2 bolli (80 g) fínt saxaður laukur
1 (8 aura, eða 227 g) rjómaostur, mildaður að stofuhita og skorinn í teninga
1 bolli (100 g) rifinn parmesanostur
1 bolli (120 g) rifinn mozzarellaostur
1/2 bolli (120 g) sýrður rjómi eða grísk jógúrt
1/2 tsk salt
3/4 tsk nýmalaður svartur pipar 1/8 tsk cayenne pipar
2 bollar (470 ml) vatnskex, til að bera fram

LEIÐBEININGAR

Í stórri skál, eða skálinni á hrærivélinni þinni, blandaðu saman spínati, ætiþistlum, hvítlauk, lauk, rjómaosti, parmesan, mozzarella, sýrðan rjóma og krydd. Blandið vel saman þar til það er vel blandað saman.

Helltu blöndunni í létt smurt 11/2 lítra (4 L) bökunarform eða 7 x 3 tommu (18 x 6 cm) kökuform sem passar í hraðsuðupottinn þinn. Hyljið bökunarformið þétt með filmu.

Settu grind á botninn á innri pottinum á hraðsuðupottinum og bættu vatninu við.

Notaðu álpappír til að lækka pottinn varlega í hraðsuðupottinn. Brjótið álpappírsræmurnar niður svo þær trufli ekki lokinu.

Lokaðu og læstu lokinu og vertu viss um að gufulosunarhnappurinn sé í þéttingarstöðu. Eldið við háþrýsting í 10 mínútur. Þegar eldunartímanum er lokið skaltu nota hraðsleppingu með því að opna losunarhnappinn og lofta út alla gufuna. Þegar flotpinninn fellur skaltu opna lokið og opna það varlega.

Fjarlægðu álpappírsklædda fatið með slöngunni og athugaðu ídýfuna til að ganga úr skugga um að osturinn sé alveg bráðinn. Hrærið til að blanda saman. Ef þér líkar vel við stökkan topp, renndu þá pottinum undir grillið í 2 mínútur þar til osturinn er orðinn gullinbrúnn. Fylgstu vel með svo það brenni ekki.

Berið fram heitt með kex.

Afrakstur: 10 skammtar

5. Cherry chipotle kjúklingavængir

HRÁEFNI

1/4 bolli (56 g) smjör
1 bolli (240 g) Not Tómatsósa Kirsuberja Chipotle sósa (eða uppáhalds BBQ/hot wing sósan þín)
1 matskeið (15 ml) jurtaolía
3 til 4 pund (1362 til 1816 g) kjúklingavængir
Salt og pipar eftir smekk
1 bolli (235 ml) kjúklingakraftur búgarðsdressing, til að bera fram gulrót og sellerístangir, til framreiðslu

LEIÐBEININGAR

Bræðið smjörið við vægan hita í litlum potti og bætið svo chipotle sósunni út í. Eldið við lágan hita, þeytið stöðugt til að blandast saman. Látið malla varlega í 6 til 8 mínútur, eða þar til sósan fer að þykkna. Setja til hliðar.

Ýttu á Sauté á rafmagns hraðsuðupottinum þínum. Þegar innri potturinn er orðinn heitur skaltu bæta við olíunni. Setjið kjúklingavængina í pottinn og kryddið með salti og pipar. Brúnið þær í 5 mínútur á hvorri hlið. Fjarlægðu á framreiðsludisk.

Hellið kjúklingakraftinum í innri pottinn. Notaðu tréskeið til að skafa varlega upp brúna bita af botninum á pönnunni.
Setjið grind í botninn á pottinum yfir soðið. Settu brúnuðu vængina á grindina og gætið þess að láta vængina ekki snerta soðið.
Lokaðu og læstu lokinu og vertu viss um að gufulosunarhnappurinn sé í þéttingarstöðu. Eldið við háþrýsting í 5 mínútur. Þegar eldunartímanum er lokið, leyfðu 5 mínútna

náttúrulegri losun og slepptu síðan fljótt til að losa út alla gufu sem eftir er. Þegar flotpinninn fellur skaltu opna lokið og opna það varlega.

Klæðið bökunarplötu með álpappír. Takið kjúklingavængina úr hraðsuðupottinum og setjið á klædda ofnplötu. Ef þú átt grind sem passar í bökunarplötuna, jafnvel betra! Loftið sem streymir um vængina þar sem þeir sitja á grindinni mun gera vængina þína sérstaklega stökka. Ef þú átt ekki grind skaltu bara setja vængina á álpappírsklædda ofnplötuna. Þeir verða samt stökkir.

Penslið vængina ríkulega með volgri sósunni og steikið í

7 mínútur á hvorri hlið. Ef þær eru ekki nógu stökkar, steikið þær í 2 til 3 mínútur í viðbót á hvorri hlið.

Taktu úr ofninum og, ef þú vilt, kastaðu vængjunum hratt í sósuna sem eftir er. Berið fram með búgarðsdressingu ásamt nokkrum gulrótar- og sellerístöngum.

Afrakstur: 6 skammtar

6. Yndislega ljúffeng djöfuleg egg

HRÁEFNI

FYRIR HARÐSOÐU EGGIN

1 bolli (235 ml) kalt vatn

12 stór egg, beint úr kæli Stór skál af vatni með ís

FYRIR Djöfullu eggin

12 harðsoðin egg

2/3 bolli (160 g) majónes

1 matskeið (6 g) þurrt sinnepsduft

2 tsk (10 ml) heit sósa Salt og pipar eftir smekk Reykt paprika, til skrauts

Laukur, skorinn á ská, aðeins græna hluta, til skrauts

LEIÐBEININGAR

HARÐSOÐIN EGG

Hellið köldu vatni í innri pottinn. Settu gufugrind eða grind í innri pottinn á hraðsuðupottinum þínum. Setjið eggin á grindina.

Lokaðu og læstu lokinu og vertu viss um að gufulosunarhnappurinn sé í þéttingarstöðu. Eldið við háþrýsting í 6 mínútur (fer eftir því hversu mjúk eða stinn þér líkar við eggjarauðan). Slepptu náttúrulega þrýstingnum í 6 mínútur, opnaðu síðan lokið og opnaðu það varlega. Slökktu á vélinni.

Fjarlægðu eggin og dældu þeim strax í skálina með ísvatni til að stöðva eldunina. Leyfðu þeim að sitja í 6 til 10 mínútur. Ef borið er fram strax skaltu afhýða eggin undir rennandi vatni. Geymið óafhýdd egg í kæli í allt að 1 viku.

Djöfuleg egg

Flysjið harðsoðnu eggin og skerið í tvennt. Fjarlægðu eggjarauðurnar og settu til hliðar.

Í skál matvinnsluvélar, pússaðu harðar eggjarauður þar til þær líkjast gulum sandi. Bætið majónesi, sinnepi og heitu sósunni út í. Blandið þar til blandan er slétt og rjómalöguð. Ef þú átt ekki matvinnsluvél skaltu blanda hráefninu saman í meðalstóra skál og nota handþeytara til að fá æskilega þéttleika. Saltið og piprið eftir smekk.

Fylltu holurnar á eggjahvítunum með eggjarauðublöndunni. Stráið reyktri papriku og lauk til að skreyta.

Afrakstur: um 24 skammtar

7. Nautakjöts „bygg" súpa með sorghum

HRÁEFNI

2 matskeiðar (30 ml) ólífu- eða jurtaolía

1 1/2 pund (680 g) nautasteik, fita skorin og kjöt skorið í 1 tommu (5 cm) teninga

1 stór laukur, saxaður

2 hvítlauksgeirar, saxaðir

2 gulrætur, snyrtar og saxaðar

2 stilkar sellerí, snyrt og saxað

1 matskeið (15 g) tómatmauk

1 tsk hakkað ferskt rósmarín lauf

1 tsk fersk timjanblöð

6 1/2 bollar (1528 ml) nautakraftur eða soð sem keypt er í verslun

1 bolli (200 g) heilkornaderra, skolað og tæmt

2 lárviðarlauf

Kosher eða fínt sjávarsalt og malaður svartur pipar, eftir smekk

LEIÐBEININGAR

Ýttu á Sauté og helltu olíunni í innri pottinn á rafmagns hraðsuðupottinum þínum. Brúnið nautakjötið á öllum hliðum, vinnið í lotum svo hægt sé að hafa pláss á milli bitanna þegar þeir elda. Færðu brúnaða nautakjötið yfir á disk; setja til hliðar.

Bætið lauknum og hvítlauknum við olíuna í pottinum. Eldið, hrærið oft, þar til laukurinn er farinn að mýkjast, um það bil 3 mínútur. Hrærið gulrótum, sellerí, tómatmauki, rósmaríni og timjan saman við. Eldið í 3 mínútur í viðbót, hrærið reglulega í. Hellið soðinu út í og skafið botninn á pönnunni til að losa um brúna bita. Bætið dorginu og lárviðarlaufinu út í. Setjið nautakjötið aftur í pottinn. Ýttu á Hætta við.

Lokaðu og læstu lokinu og vertu viss um að gufulosunarhandfangið sé í þéttingarstöðu. Eldið við háþrýsting í 40 mínútur. Þegar því er lokið, slepptu þrýstingnum náttúrulega í 10 mínútur, snúðu síðan gufulosunarhandfanginu að loftræstingu og losaðu þá gufu sem eftir er. Opnaðu lokið og opnaðu varlega.

Smakkaðu soðið og stilltu kryddið með salti og pipar að vild. Fjarlægðu og fargaðu lárviðarlaufunum. Hellið í skálar og berið fram.

Afrakstur: Um 4 skammtar

8. Gufusoðnar ætiþistlar með sterkan hvítlauksaioli

HRÁEFNI

3 meðalstórir ætiþistlar

3 matskeiðar (45 g) hrein grísk jógúrt

1 heil sítróna, skorin í fernt

2 matskeiðar (30 g) majónes

1 bolli (235 ml) vatn

4 hvítlauksgeirar, saxaðir

1/4 bolli (60 ml) sítrónusafi

1/2 tsk cayenne pipar

3 hvítlauksrif, söxuð

1/4 tsk hvítlauksduft

1/2 tsk grófmalaður svartur pipar

Klípa af salti

smjör, smá dilli og smá rifinn parmesanostur.

LEIÐBEININGAR

Þistilkokkar

Notaðu sertaðan hníf til að skera efsta þriðjunginn af hverjum ætiþistli. Skerið stilkana af við botninn. Skolaðu ætiþistlana vel. Nuddaðu einum af sítrónufjórðungunum yfir allan niðurskorna toppa ætiþistlans til að koma í veg fyrir að þeir brúnist.

Bætið sítrónufjórðungunum, vatni, sítrónusafa og hvítlauk í pottinn. Settu gufugrind eða grind í innri pottinn á hraðsuðupottinum þínum. Setjið ætiþistlana á grindina.

Lokaðu og læstu lokinu og vertu viss um að gufulosunarhnappurinn sé í þéttingarstöðu. Eldið við háþrýsting í 10 mínútur. Þegar eldunartímanum er lokið skaltu nota leiðbeiningar um hraðsleppingu . Færðu losunarhnappinn í útblástursstöðu og loftaðu alla gufuna. Þegar allri gufunni hefur verið hrundið út og flotpinninn dettur skaltu opna lokið og opna það varlega.

Dragðu af ætiþistlablaði til að prófa hvort það sé tilbúið; það ætti að losna án viðnáms. Lyftu ætiþistlinum varlega úr innri pottinum á hraðsuðupottinum með töng. Setjið til hliðar til að kólna á meðan þú gerir aioli.

AIOLI

Í meðalstórri skál, blandið öllu hráefninu fyrir aioli og þeytið þar til það er slétt.

Berið ætiþistlana fram á disk með aioli.

Afrakstur: 6 skammtar

9. Porcini sveppapaté dreift

ÞJÓNAR 4-6

Hráefni

¾ bolli (175 ml) þurrir sveppir, skolaðir

1 bolli (250 ml) vatn, sjóðandi

1 msk (15 ml) ósaltað smjör

1 msk (15 ml) ólífuolía

1 skalottlaukur, skorinn í sneiðar

1 pund (500 g) ferskir cremini eða hvítir hnappasveppir, þunnar sneiðar

¼ bolli (50 ml) þurrt hvítvín

1 ½ tsk (7 ml) salt

½ tsk (3 ml) hvítur pipar

1 lárviðarlauf

1 msk (15 ml) ólífuolía (eða hvít truffluolía)

3 msk (45 ml) parmigiano reggiano ostur, fínt rifið

Bætið þurrum sveppum í hitaþolið mæliglas. Helltu síðan sjóðandi vatni yfir sveppina. Lokið vel og setjið til hliðar.

Ýttu á [Sauté] til að forhita eldavélina. Þegar orðið „heitt" birtist á skjánum er smjörinu og ólífuolíu bætt út í. Steikið síðan skalottlaukana þar til hann fer að mýkjast. Bætið ferskum sveppum út í og steikið þar til að minnsta kosti önnur hliðin er gullinbrún.

Hellið víninu út í og látið gufa alveg upp. Bætið síðan sveppunum og bleytivökvanum út í, salti, pipar og lárviðarlaufinu.

Lokaðu og læstu lokinu á Instant Pot. Ýttu á [Pressure Cook] og notaðu síðan [+] eða [-] hnappinn til að stilla 12 mínútur af háþrýstingseldunartíma. Þegar tíminn er liðinn skaltu opna eldavélina með því að nota Quick Pressure Release.

Fjarlægðu og fargaðu lárviðarlaufinu. Bætið ólífuolíu út í og maukið innihald pottsins með því að nota hrærivél.

10. Gufusoðið maís

ÞJÓNAR 4-6

Hráefni

6 ferskt maís

Hýðið og skolið kornið.

Settu gufugrindina í Instant Pot. Fylltu innri pottinn með 2 bollum (500 ml) af vatni. Staflaðu maís á gufugrindina. Lokaðu lokinu og snúðu gufulosunarhandfanginu í þéttingarstöðu. Veldu [Gufa] og stilltu [+] eða [-] til að stilla 12 mínútur af eldunartíma. Gufu maís.

Þegar það er búið skaltu bíða í 5 mínútur í viðbót. Opnaðu hraðsuðupottinn með Natural Release (sjá blaðsíðu 7).

SÚPUR OG CHILI

11. Svart baunasúpa með kóríander-lime rjóma

HRÁEFNI

FYRIR SÚPINA

2 bollar (480 g) þurrkaðar svartar baunir
2 matskeiðar (30 ml) ólífuolía
1 stór laukur, smátt saxaður
1 stór rauð paprika, kjarnhreinsuð, fræhreinsuð og smátt skorin
2 stilkar sellerí, snyrt og smátt saxað
1 hvítlauksgeiri, saxaður
1 matskeið (3 g) þurrkað oregano
1 matskeið (6 g) malað kúmen 1 1/2 tsk kosher salt
1/2 tsk nýmalaður svartur pipar
1/2 til 1 tsk chipotle duft, eftir smekk
4 bollar (940 ml) grænmetiskraftur eða vatn, skipt
Safi af 1/2 til 1 fersku lime

FYRIR CILANTRO-LIME kremið (Sleppið FYRIR MJJÓLKURFYRIR OG VEGAN)

3/4 bolli (180 g) sýrður rjómi
Safi af 1/2 til 1 fersku lime
1/4 bolli (4 g) fersk kóríanderlauf, skoluð vel og þurrkuð
1/2 til 1 tsk chipotle duft, eftir smekk
Kosher eða fínt sjávarsalt og malaður hvítur pipar, eftir smekk

FYRIR VALVALS SKREIT

Saxuð fersk kóríanderlauf
Saxaður rauðlaukur

Saxaðir þroskaðir tómatar
Ferskir limebátar

LEIÐBEININGAR

SÚPA

Raðaðu baununum, fargaðu smásteinum eða rusli, skolaðu þær vel og tæmdu. Setjið í stóra skál og hyljið með fersku vatni. Lokið lauslega og setjið til hliðar yfir nótt. Tæmdu áður en þú bætir í súpuna.

Ýttu á Sauté hnappinn á rafmagns hraðsuðupottinum þínum. Bætið olíunni í innri pottinn og þegar það er heitt bætið við lauknum, paprikunni og selleríinu. Eldið, hrærið oft, þar til grænmetið hefur mýkst, um 4 mínútur. Bætið við hvítlauk, oregano, kúmeni, salti, pipar og chipotle duftinu. Hrærið þannig að allt grænmetið er jafnt hjúpað með kryddinu. Bætið 1 bolla (235 ml) af soðinu út í, skafið botninn á pottinum til að losa um brúna bita. Hellið hinum 3 bollum (705 ml) soðinu sem eftir eru og bleyttu og tæmdu svörtu baununum út í; hrærið vel. Ýttu á Hætta við.

Lokaðu og læstu lokinu og vertu viss um að gufulosunarhandfangið sé í þéttingarstöðu. Eldið við háþrýsting í 12 mínútur.

CILANTRO-LIME krem

Blandið sýrðum rjóma, limesafa (byrjið með safa úr 1/2 lime), kóríander og chipotle dufti saman í matvinnsluvél. Kveiktu á mótornum þar til jurtirnar eru alveg maukaðar og sléttar. Smakkið til og bætið við salti og pipar.

Bættu við meiri limesafa eða kóríander ef þú vilt djarfara, bjartara bragð, en mundu að bragðið magnast með tímanum. Færið í skál og setjið til hliðar.

KLÚKAÐU SÚPUNUM

Þegar súpan er búin, losaðu þrýstinginn náttúrulega í 10 mínútur, snúðu síðan gufulosunarhandfanginu að loftræstingu og losaðu þá gufu sem eftir er. Opnaðu lokið og opnaðu það varlega.

Notaðu blöndunartæki til að mauka súpuna eða flyttu yfir í blandara og maukaðu í lotum. Þú getur skilið hluta af baununum eftir heilar til að fá þykkari áferð eða maukað þar til þær eru alveg sléttar. Hrærið ferskum limesafa út í. Smakkið til og stillið kryddið. Hellið í skálar, bætið ögn af rjómanum út í (ef það er notað), toppið með skreytingum sem óskað er eftir og berið fram.

Afrakstur: Um 6 skammtar

12. Kryddað squash súpa

HRÁEFNI

1 stór hnetuskál

3 matskeiðar (45 ml) ólífu- eða jurtaolía, skipt

2 stórir skalottlaukar, saxaðir

3 stilkar sellerí, snyrt og smátt saxað

2 gulrætur, snyrtar og smátt saxaðar

2 tsk fersk timjanblöð

2 hvítlauksgeirar, saxaðir

3 bollar (705 ml) grænmetiskraftur

2 matskeiðar (30 ml) hlynsíróp eða agavesíróp, eða eftir smekk

1 tsk kosher eða fínt sjávarsalt

1/2 tsk nýmalaður svartur pipar

1/4 tsk heit sósa, eða eftir smekk

Saxaður graslaukur, til skrauts

LEIÐBEININGAR

Setjið squashið í örbylgjuofninn og hitið í 1 til 2 mínútur. Þetta mýkir börkinn og gerir það auðveldara og öruggara að skera hann. Notaðu stóran, beittan hníf til að skera squashið í fernt, skafa fræin og strengina úr og afhýða bitana. Skerið í teninga.

Ýttu á Sauté og bætið olíunni í innri pottinn. Þegar það er heitt, bætið skalottlaukum, sellerí, gulrótum og timjan út í og eldið í 4 mínútur, hrærið oft, eða þar til það er mjúkt. Bætið hvítlauknum út í og eldið í 30 sekúndur. Bætið 1 bolla (235 ml) af soðinu í pottinn, skafið botninn til að losa um brúna bita. Bætið hinum 2 bollum (470 ml) af soði, hlynsírópi, salti, pipar, heitri sósu og squash út í. Ýttu á Hætta við.

Lokaðu og læstu lokinu og vertu viss um að gufulosunarhandfangið sé í þéttingarstöðu. Eldið við háþrýsting í 9 mínútur. Þegar því er lokið skaltu losa þrýstinginn náttúrulega í 10 mínútur, slepptu síðan þrýstingnum sem eftir er með því að snúa gufulosunarhandfanginu að loftræstingu. Þegar þrýstiventillinn fellur skaltu opna lokið og opna það varlega. Athugaðu hvort leiðsögnin sé gaffalmjúk. Ef það þarf lengri tíma skaltu setja lokið aftur á, setja þrýstinginn aftur og elda í 2 eða 3 mínútur í viðbót.

Notaðu dýfublöndunartæki til að mauka súpuna beint í innri pottinn, eða færðu helminginn af súpunni í einu yfir í blandara og maukaðu í lotum. Smakkaðu súpuna og stilltu kryddið eftir þörfum. Ef súpan er of þykk, bætið þá við aðeins meira soði eða vatni. Hellið í afgreiðsluskálar, stráið graslauknum yfir og berið fram heitt.

Afrakstur: 4 til 6 skammtar

13. Draumkennd rjómalöguð tómatsúpa

HRÁEFNI

2 matskeiðar (28 g) smjör eða (30 ml) ólífuolía, skipt
1 meðalstór laukur, smátt saxaður
3 gulrætur, smátt saxaðar
3 stilkar sellerí, smátt saxað
1/2 rauð paprika, fræhreinsuð og smátt skorin
1 hvítlauksgeiri, saxaður
2 bollar (470 ml) kjúklingakraftur
Um það bil 50 aura (1500 g) saxaðir eða muldir tómatar
2 tsk (1 g) þurrkað oregano
2 tsk (1 g) þurrkuð basil
1/2 tsk þurrkað mulið rósmarín
1 lárviðarlauf
1 tsk kornsykur
2 teskeiðar (12 g) kosher eða fínt sjávarsalt
1 tsk nýmalaður svartur pipar
1/2 bolli (120 ml) þungur rjómi eða hálfur og hálfur
2 matskeiðar (4 g) fínt söxuð fersk basilíkublöð ásamt heilum blöðum til skrauts

LEIÐBEININGAR

Ýttu á Sauté og hitaðu innri pottinn á rafmagns hraðsuðupottinum þínum. Bræðið 1 matskeið (14 g) af smjörinu. Bætið lauknum, gulrótunum, selleríinu og paprikunni út í og eldið í 3 mínútur, hrærið, til að mýkjast. Hrærið hvítlauknum saman við og eldið í 30 sekúndur. Bætið soðinu, tómötunum, kryddjurtunum, sykri, salti og pipar út í. Hrærið til að blanda saman. Ýttu á Hætta við.

Lokaðu og læstu lokinu og vertu viss um að gufulosunarhandfangið sé í þéttingarstöðu. Eldið við háþrýsting í 5 mínútur. Þegar því er lokið skaltu sleppa þrýstingnum náttúrulega í 10 mínútur, snúa síðan gufulosunarhandfanginu að loftræstingu og losa þá gufu sem eftir er. Opnaðu lokið og opnaðu það varlega. Ýttu á Hætta við.

Fjarlægðu og fargaðu lárviðarlaufinu. Hrærið eftir 1 matskeið (14 g) smjöri út í og hrærið þar til það er bráðið. Notaðu blöndunartæki til að mauka súpuna í pottinum. Þú getur líka notað blandara, en maukið í lotum—heitir vökvar þenjast út!

Hrærið rjómanum og saxaðri basilíku saman við. Smakkið til og stillið kryddið ef þarf. Hellið í skálar, skreytið með basilblöðum og berið fram.

Afrakstur: Um 4 skammtar

14. Grasker svart baun chili

Afrakstur: 6 skammtar

HRÁEFNI

1 (28 aura, eða 784 g) dós eldsteiktir hægeldaðir tómatar, þar á meðal safi

1 stór poblano pipar, fræhreinsuð og smátt saxuð

2 jalapeño paprikur, fræhreinsaðar og söxaðar

1 chipotle pipar úr niðursoðnum chipotle í adobo, saxaður

1 meðalgulur laukur, saxaður

4 hvítlauksgeirar, saxaðir

1 1/2 bollar (210 g) saxaðar valhnetur, ristaðar

2 bollar (400 g) rauðar linsubaunir

1 matskeið (15 ml) sósa úr chipotles í adobo

2 teskeiðar (12 g) salt

3 matskeiðar (24 g) chiliduft

2 matskeiðar (14 g) reykt paprika

7 bollar (1645 ml) grænmetiskraftur , skipt

1 (14 aura, eða 392 g) dós graskersmauk (ekki bökufylling)

2 (15 aura, eða 438 g) dósir svartar baunir, vel skolaðar og tæmdar

FYRIR VALVALS SKREIT

Avókadó sneiðar

Lime bátar

Saxaður ferskur kóríander

Brauð með bragðmiklu maís

LEIÐBEININGAR

Settu tómata, papriku, lauk, hvítlauk, valhnetur, linsubaunir og krydd í innri pottinn á rafmagns hraðsuðupottinum þínum. Hrærið 6 bolla (1410 ml) af grænmetiskraftinum saman við.

Lokaðu og læstu lokinu og vertu viss um að gufulosunarhnappurinn sé í þéttingarstöðu. Eldið við háþrýsting í 30 mínútur.

Þegar eldunartímanum er lokið skaltu sleppa snöggt með því að opna losunarhnappinn og lofta út alla gufuna. Þegar flotpinninn fellur skaltu opna lokið og opna það varlega.

Hrærið graskersmaukinu, svörtum baunum og 1/2 bolli (120 ml) af afganginum af soði út í. Læstu lokinu aftur á sinn stað og leyfðu baununum að hitna í gegn, um það bil 5 mínútur. Ef chili er of þykkt, bætið þá 1/2 bolla (120 ml) af soðinu út í og hrærið vel.

Berið fram með avókadó, lime bátum, kóríander og maísbrauði að vild.

15. Rib - stickin 'chili

HRÁEFNI

2 matskeiðar (30 ml) ólífu- eða jurtaolía

1 pund (454 g) magurt nautahakk

1 pund (454 g) möluð pylsa eða heimagerð pylsa

1 stór laukur, skorinn í teninga

3 gulrætur, snyrtar og skornar í teninga

2 poblano paprikur, fræhreinsaðar og skornar í teninga

1 paprika, kjarnhreinsuð, fræhreinsuð og skorin í teninga

2 jalapeño paprikur, fræhreinsaðar og söxaðar

28 aura dós hægeldaðir tómatar með safa þeirra

1/2 bolli (120 ml) nautakraftur eða vatn

matskeið (15 ml) Worcestershire sósa

1/4 bolli (32 g) chiliduft

1 matskeið (3 g) þurrkað oregano

teskeiðar (4 g) reykt paprika

1 tsk chipotle duft (valfrjálst)

1 tsk hvítlauksduft

1 tsk malað kúmen

2 teskeiðar (12 g) kosher eða fínt sjávarsalt

1 tsk nýmalaður svartur pipar

2 matskeiðar (16 g) masa harina eða maísmjöl

1/4 bolli (60 ml) kalt vatn

Valfrjálst álegg og meðlæti

maís tortillur

Jalapeño paprika í sneiðar

Rifinn cheddar ostur eða mjólkurlaus ostur

Hakkaður rauðlaukur

Lime bátar
Sýrður rjómi eða mjólkurlaus sýrður rjómi Hakkað fersk steinselja eða kóríander

LEIÐBEININGAR

Ýttu á Sauté á rafmagns hraðsuðupottinum þínum og hitaðu í 30 sekúndur. Bætið olíunni og kjötinu út í og eldið, hrærið til að brjóta upp kekkja, þar til enginn bleikur sést. Hrærið lauknum, gulrótum, poblanos , papriku og jalapeños saman við. Eldið, hrærið, í 3 mínútur í viðbót. Hrærið tómötum, soði, Worcestershire og kryddi út í, skafið botninn á pottinum til að losa um brúna bita. Ýttu á Hætta við.

Lokaðu og læstu lokinu og vertu viss um að gufulosunarhandfangið sé í þéttingarstöðu. Eldið við háþrýsting í 30 mínútur. Þegar því er lokið, slepptu þrýstingnum náttúrulega í 12 mínútur, snúðu síðan handfanginu að loftræstingu og slepptu þrýstingnum sem eftir er. Opnaðu lokið og opnaðu það varlega. Ýttu á Hætta við.

Ýttu á Sauté. Leysið masa harina upp í vatninu, þeytið því út í chili og eldið, hrærið oft, í 3 til 5 mínútur, eða þar til chili þykknar í það þykkt sem þú vilt. Smakkið til og stillið kryddið. Ýttu á Hætta við.

Hellið í skálar og berið fram með maístortillum og uppáhaldsálegginu þínu.

16. Kjúklingakraftur

Afrakstur: Um það bil 5 bollar (1175 ml)

HRÁEFNI

1 kjúklingaskrokkur auk vængi, baks, háls osfrv. (um 2 pund, eða 908 g, heildarþyngd)

5 bollar (1175 ml) kalt vatn

1 stór gulur laukur, skorinn í fjórða

3 gulrætur, snyrtar og grófsaxaðar

2 stilkar sellerí, snyrt og gróft saxað

4 greinar ferskt timjan

2 teskeiðar (12 g) kosher eða fínt sjávarsalt

1 tsk heil svört piparkorn

LEIÐBEININGAR

Settu kjúklingaskrokkinn og hlutana í innri pottinn á hraðsuðupottinum þínum. Bætið við vatninu og afganginum af hráefninu .

Lokaðu og læstu lokinu og vertu viss um að gufulosunarhandfangið sé í þéttingarstöðu. Eldið við háþrýsting í 60 mínútur. Þegar eldunartímanum er lokið, láttu þrýstinginn sleppa náttúrulega í 12 mínútur, snúðu síðan gufulosunarhandfanginu í loftræstingu og losaðu þá gufu sem eftir er. Opnaðu lokið og opnaðu það varlega.

Setjið sigti yfir mjög stóra skál eða pott og hellið soðinu varlega í gegnum. Fleygðu föstu efninu. Geymið í kæli, þakið, í allt að 3 daga eða frystið til lengri geymslu.

17. Grænmetisstofn

HRÁEFNI

1 stór laukur, gróft saxaður
4 gulrætur, snyrtar og skornar í bita
5 stilkar sellerí, gróft saxað
2 bollar (140 g) sveppir í sneiðum
1 matskeið (15 g) tómatmauk leyst upp í 1/4 bolli (60 ml) vatni
1 hvítlauksgeiri, sneiddur
2 lárviðarlauf
2 greinar ferskt timjan
3 greinar fersk steinselja
1 tsk kosher eða fínt sjávarsalt
1 tsk heil piparkorn Um 6 bollar (1410 ml) vatn

LEIÐBEININGAR

Settu allt grænmetið og kryddið í innri pottinn á rafmagns hraðsuðupottinum þínum. Bætið við nægu vatni til að hylja innihaldsefnin um það bil 1 tommu (5 cm). Lokaðu og læstu lokinu og vertu viss um að gufulosarhandfangið

er í þéttingarstöðu. Eldið við háan þrýsting í 18 mínútur. Þegar eldunartímanum er lokið, láttu þrýstinginn sleppa eðlilega í 15 mínútur, snúðu síðan gufulosunarhandfanginu í loftræstingu og losaðu þá gufu sem eftir er. Opnaðu lokið og opnaðu það varlega.

Setjið sigti yfir mjög stóra skál eða pott og sigtið soðið, þrýstið á fast efni til að draga allan vökvann út. Fleygðu föstu efninu.

Smakkið til og stillið kryddið ef þarf. Geymið í kæli í allt að 3 daga eða frystið til lengri geymslu.

Afrakstur: Um 6 bollar (1410 ml)

18. Rjóma úr smjörkvass og engifer súpa

ÞJÓNAR 4-6

HRÁEFNI

2 kg (4 lb) butternut squash afhýtt, fræhreinsað og skorið í teninga

1 kvist af salvíu

1 stór laukur, gróft saxaður

1/2 tommu stykki (2 cm) ferskt engifer, skrælt og skorið í gróft sneiðar

$\frac{1}{4}$ tsk (1 ml) múskat

4 bollar (1 L) grænmetiskraftur Ólífuolía

Salt og pipar (eftir smekk)

$\frac{1}{2}$ bolli (125 ml) ristað graskers- eða leiðsögn fræ, til skrauts

Í hraðsuðupottinum, með toppinn af, mýkið laukinn yfir meðalhita með salvíu, salti og pipar.

Þegar laukurinn er orðinn mjúkur, skvettu lauknum til hliðar og helltu í nógu mikið af kúrbítsteningum til að hylja botninn á hraðsuðupottinum, látið brúnast í um það bil 10 mínútur og hrærið sjaldan í.

Bætið restinni af leiðsögninni saman við engifer, múskat og soðið.

Lokaðu og læstu lokinu á hraðsuðupottinum. Eldið í 15 mínútur við háan þrýsting.

Þegar tíminn er liðinn skaltu opna eldavélina með því að losa um þrýstinginn.

Fiskið upp viðarkenndan salvíustilkinn og fargið.

Maukið innihald hraðsuðupottarins með stafblöndunartæki og berið fram!

Skreytið með söltum, ristuðum graskersfræjum.

19. New England clam chowder

ÞJÓNAR 4-6

UNDIRBÚNINGSTÍMI: 5 MÍNÚTUR

Eldunartími: 10 MÍNÚTUR

HRÁEFNI

12-24 ferskar samlokur (eða 300 g (11 oz) síaðar frosnar eða niðursoðnar samlokur)

2 bollar (500 ml) samlokusafi

1 bolli (250 ml) reykt og hert beikon (eða pancetta), skorið í teninga

1 meðalstór laukur, smátt saxaður

1 tsk (5 ml) salt

1/4 tsk (1 ml) pipar

½ bolli (125 ml) súrt hvítvín

2 meðalstórar kartöflur, hýðið í teninga

1 lárviðarlauf

1 kvistur timjan

1 klípa cayenne pipar (eða rauðar piparflögur)

1 bolli (250 ml) mjólk

1 bolli (250 ml) rjómi

1 msk (15 ml) smjör

1 msk (15 ml) hveiti

Undirbúðu samlokurnar og búðu til þinn eigin samlokusafa eins og lýst er hér að neðan.

Í köldu hraðsuðupottinum, með toppnum af, bætið beikoninu út í og kveikið á hitanum við vægan loga. Þegar beikonið losnar er það fita og það byrjar að malla, bætið við lauknum, salti og piprið og hækkið hitann í meðalhita.

Þegar laukurinn hefur mýkst skaltu bæta við víninu og skafa alla brúnu ljúffengu bitana af botninum á pönnunni til að blandast í sósuna þína.

Látið vínið gufa upp nánast alveg og bætið svo kartöflunum í teninga, samlokusafa (ef þú átt ekki 2 bolla af safa, bætið restina upp með vatni), lárviðarlaufinu, timjaninu og cayennepiparnum.

Lokaðu og læstu lokinu á hraðsuðupottinum.

Eldið í 5 mínútur við háþrýsting.

Þegar tíminn er liðinn skaltu opna eldavélina með því að losa um þrýstinginn.

Á meðan kartöflurnar eru háþrýstingssoðnar skaltu búa til roux til að þykkna kæfu með því að blanda saman jöfnu magni af smjöri og hveiti við vægan hita og hræra stöðugt með lítilli tréskeið þar til þær eru báðar vel blandaðar.

Bætið samlokukjöti, rjóma, mjólk og roux í opna hraðsuðupottinn.

Hrærið vel og látið allt hráefnið malla í hraðsuðupottinum, með toppinn af, við miðlungs lágan hita í 5 mínútur.

Berið fram skreytt með súpukökum eða inni í brauðskál.

20. Lítil kjötbollusoð

ÞJÓNAR 4-6

UNDIRBÚNINGSTÍMI: 10 MÍNÚTUR

Eldunartími: 10 MÍNÚTUR

HRÁEFNI

SMÁKJÖTKÖLUR:

1 pund (500 g) kálfakjöt

¼ bolli (50 ml) malaður parmiggiano Reggiano

½ bolli (125 ml) venjulegt brauðmola 1 egg, þeytt

Salt og pipar Grænmetiskraftur:

6 bollar (5 L) vatn

1 sellerístilkur, skorinn í tvennt

2 meðalstórar kartöflur, heilar

2 gulrætur, skrældar

1 laukur, helmingaður

3 tómatar, helmingaðir

2 tsk (10 ml) salt

2 msk (30 ml) ólífuolía

2 msk (30 ml) balsamik edik

8 oz (250 g) pastína

Blandið kálfakjöti, osti, brauðraspi, eggi, salti og pipar í stóra blöndunarskál.

Notaðu melónukúlu , skammtaðu rétt magn af kjötblöndu og búðu til litlar kjötbollur. Gerðu þá minni en þú heldur að þú þurfir því þeir munu næstum tvöfaldast að stærð við þrýstingsoðna.

Gerðu grænmetiskraftinn í hraðsuðupottinum með því að bæta öllu grænmetinu, vatni og salti í pottinn. Lokaðu og læstu lokinu á hraðsuðupottinum og stilltu hitann á háan. Þegar pannan hefur náð þrýstingi skaltu lækka logann í lágmarkshita og telja 7-10 mínútur til eldunar.

Þegar tíminn er liðinn skaltu opna eldavélina með því að losa um þrýstinginn.

Fjarlægðu varlega allt grænmetið og settu á framreiðsludisk nema tómatana (skildu þá eftir). Ef þú sérð tómataskinn fljóta um geturðu fjarlægt og fargað þeim.

Smakkaðu soðið og stilltu salt og pipar eftir smekk.

Bætið litlu kjötbollunum varlega út í enn heitt grænmetissoðið.

Lokaðu og læstu lokinu á hraðsuðupottinum og stilltu hitann á háan. Þegar pannan hefur náð þrýstingi skaltu lækka logann í lágmarkshita og telja 5-7 mínútur undir þrýstingi.

Þegar tíminn er liðinn skaltu opna eldavélina með því að losa um þrýstinginn.

Setjið hraðsuðupottinn, með toppinn af, aftur á hita og bætið pastina út í . Sjóðið pastina á þeim tíma sem tilgreindur er á pakkningunni (mínus ein mínúta). Ekki hafa áhyggjur, pastínan heldur áfram að elda á meðan þú berð réttinn fram.

Í millitíðinni skaltu búa til vinaigrette með ólífuolíunni og balsamikediki með því að setja þau í lítinn vasa og hrista kröftuglega og hella grænmetinu sem þú dróst áður upp úr hraðsuðupottinum - það er nú meðlætið þitt!

Þegar pastina er eina mínútu frá því að vera elduð skaltu slökkva á hitanum og bera fram litlu kjötbollusúpuna þína!

21. Svart bauna súpa

ÞJÓNAR 4-6

UNDIRBÚNINGSTÍMI: 5 MÍNÚTUR

Eldunartími: 10 MÍNÚTUR

HRÁEFNI

1½ bollar (375 ml) þurrar svartar baunir, lagðar í bleyti yfir nótt eða allan daginn

1 msk (15 ml) olía

1 bolli (250 ml) laukur, gróft saxaður

3 hvítlauksrif, söxuð

1 msk (15 ml) malað kúmen

¼ tsk (1 ml) chipotle duft eða reykt paprika

6 bollar (1 ½ L) grænmetissoð

1 stórt lárviðarlauf

2 tsk (10 ml) fersk oregano lauf eða

2 msk (30 ml) þurrkuð

½-2 tsk (3 - 10 ml) salt, eftir smekk

Sojajógúrt eða sýrður rjómi

Cilantro, saxað til skrauts

Hellið bleytivökvanum af baununum og setjið baunirnar til hliðar.

Hitið olíuna í Instant Pot með því að velja Sauté. Bætið lauknum út í og steikið í 2 mínútur. Bætið hvítlauknum, kúmeninu og chipotle duftinu út í. Bætið baununum, seyði, lárviðarlaufi og oregano saman við. Hrærið vel.

Hækkið hitann hátt. Læstu lokið á sínum stað. Snúðu gufulokanum á "þéttan". Veldu [Manual] takkann og minnkaðu tímann í 7 mínútur. Þegar 7 mínúturnar eru liðnar, láttu þrýstinginn falla náttúrulega.

Þegar það er niðri skaltu fjarlægja lokið varlega og halla því frá þér.

Fjarlægðu lárviðarlaufið.

Á þessum tímapunkti geturðu annaðhvort stappað baunirnar með kartöflustöppu, notað blöndunartæki eða haldið súpunni eins og hún er.

Saltið eftir smekk.

Skreytið með ögn af sojajógúrt eða sýrðum rjóma og stráið af kóríander. Njóttu!

22. Rautt linsubauna chili

ÞJÓNAR 6-8

UNDIRBÚNINGSTÍMI: 10 MÍNÚTUR

Eldunartími: 10 MÍNÚTUR

HRÁEFNI

1 pund (500 g) rauðar linsubaunir

8 bollar (2 L) af vatni

2 x 14 ½ únsur dósir af saltlausum hægelduðum tómötum (eldristuð helst)

1 x 6 oz dós af saltlausu tómatmauki

10 oz af söxuðum lauk (um það bil einn stór)

1 pund (500 g) rauð paprika, maukuð

3 únsur af döðlum sem eru grýttar (u.þ.b. 12 Deglet Noor)

8 hvítlauksrif

4 msk (60 ml) eplasafi edik

1 ½ msk (23 ml) steinseljuflögur

1 ½ msk (23 ml) oregano

1 ½ msk (23 ml) chiliduft

2 tsk (10 ml) reykt paprika

½ tsk (3 ml) chipotle duft (eftir smekk)

½ tsk (3 mL) muldar rauðar piparflögur (eftir smekk)

Blandið döðlum, hvítlauk, rauðri papriku og tómötum saman í blandara þar til slétt.

Setjið allt sem eftir er af hráefninu í Instant Pot og eldið við háþrýsting í 10 mínútur.

Leyfðu þrýstingi að losa náttúrulega eða njóttu strax og njóttu strax. Berið fram yfir bakaðri kartöflu og stráið gervi-parmesan yfir, þetta er algjörlega rokkað!

23. Grænmetisæta Country Chili

Afrakstur: 8 skammtar

HRÁEFNI :

Fyrir chili:

1 msk avókadóolía eða ólífuolía fyrir crockpot

1/2 stór lífrænn rauðlaukur, skorinn í teninga

2 stilkar lífrænt sellerí, saxað

1 lífræn gulrót, saxuð

1 lífræn græn paprika, söxuð

1 lífræn rauð paprika, söxuð

1 lífræn sæt kartöflu, skrældar og saxaðar

1 lífrænt jalapenó, fræhreinsað og fínt skorið í teninga

2 tsk hvítlauksduft

2 tsk þurrkað oregano

1 1/2 msk chiliduft

1 msk malað kúmen

1 1/2 tsk sjávarsalt

1 tsk malaður svartur pipar

2 tsk ósykrað hrátt kakóduft

8 oz . dósir í hægelduðum grænum chiles

15 únsur. dós eldsteiktir tómatar í teningum

8 únsur . dós lífræn tómatsósa

1 bolli grænmetiskraftur

2 msk hrátt eplaedik

1/4 bolli sterkt bruggað kaffi

15 únsur. dós nýrnabaunir, tæmdar og skolaðar

15 únsur. dós pinto baunir, tæmdar og skolaðar

15 únsur. dós svartar baunir, tæmdar og skolaðar

AÐ ÞJÓNA:

2 stór avókadó, afhýdd og skorin í bita

1 bolli hnetumjólkurjógúrt

1 bolli cheddarostur að stofni til úr hnetumjólk

1/4 bolli ferskt saxað kóríander

2 glútenlausar tortillur, ristaðar

LEIÐBEININGAR :

Smyrjið pottinn létt með avókadóolíu.

Í crockpot, blandaðu öllu chili innihaldsefni og hrærið til að blanda, þá lokið.

Eldið í 4 klukkustundir á háum hita eða 8 klukkustundir á lágu, eða þar til grænmetið er mjúkt.

Smakkið til og kryddið með meira salti og pipar ef þarf.

Berið fram í skálum með álegginu og uppáhalds heitu sósunni þinni.

24. Steiktur kalkúnn chili

Skammtar: 8

Heildartími til undirbúnings: 20 mínútur

Heildartími fyrir matreiðslu: 4 klukkustundir 20 mínútur

HRÁEFNI:

1 matskeið ólífuolía (extra virgin)

1 meðalstór laukur, skorinn í bita

Pepperoni, saxað

1 pund kalkúnn sem er 99 prósent magur

2 dósir (15 oz.) þvegnar og tæmdar svartar baunir

2 dósir (15 oz.) þvegnar og tæmdar nýrnabaunir

2 dósir (15 oz.) af tómatsósu

2 dósir (15 oz.) af litlum hægelduðum tómötum

1 krukka (16 oz.) saxuð tam jalapeno paprika, tæmd

1 bolli frosinn maís

2 matskeiðar chiliduft

1 matskeið af kúmeni

Salt eftir smekk

Klípa svartan pipar

LEIÐBEININGAR:

Hitið olíuna á pönnu við meðalhita.

Bætið kalkúnnum á pönnuna og steikið þar til hann er brúnaður.

Hellið kalkúnnum í crockpottinn.

Bætið við lauk, pepperoni, tómatsósu, hægelduðum tómötum, baunum, jalapenos, maís, chilidufti og kúmeni. Hrærið og kryddið með salti og pipar.

Lokið og eldið á háu í 4 klukkustundir eða á lágu í 6 klukkustundir.

25. Butternut Squash og linsubaunasúpa

Skammtar: 4-6

Heildartími til undirbúnings: 10 mínútur

Heildartími fyrir matreiðslu: 40 mínútur

HRÁEFNI:

1 stór laukur, skorinn í teninga

1 afhýdd og skorin í bita

1 bolli brúnar linsubaunir

8 bollar af grænmetissoði

2 tsk hakkaður hvítlaukur

1 lárviðarlauf

1/2 tsk malaður múskat

1 bolli spínat, saxað

1/2 teskeið af salti

LEIÐBEININGAR:

Bætið öllu hráefninu nema spínati í pottinn og blandið vel saman.

Eldið 3 til 4 klukkustundir á miklum krafti eða 6 til 8 klukkustundir á litlu afli.

Fjarlægið lárviðarlaufið og setjið um 50% af súpunni, í skömmtum ef þarf, í blandara og maukið þar til það er slétt. Bætið blönduðu súpunni með óblönduðu hlutanum út í pottinn og hrærið.

Bætið söxuðu spínati út í og hrærið þar til það er mjúkt.

26. Skinku og Pinto baunasúpa

Afrakstur: 6 skammtar

HRÁEFNI

1 pund þurrkaðar pinto baunir

1 ½ pund bein-í skinku skaft

¾ bolli tómatsósa

½ tsk salt

8 bollar vatn (ekki þörf fyrr en eldunardagur)

1 lítra frystipoki úr plasti

Bætið öllu hráefninu nema vatni í frystipokann.

Lokaðu og frystu í allt að þrjá mánuði.

Kvöldið áður en þú eldar, færðu frosinn poka í kæliskápinn þinn til að þiðna.

Helltu innihaldi frystipokans í crockpottinn þinn og bættu við vatni.

Lokið og eldið á „hátt" í 5-6 klukkustundir, „lágt" í 8 klukkustundir, eða þar til baunir klofnar.

Fjarlægðu skinku, rífðu af beinum og settu rifið kjöt aftur í crockpot.

Berið fram með stökku brauði og salati.

27. Ítölsk Minestrone súpa

HEILDAR ELDUR TÍMI: 20 MÍNÚTUR

DÓTTUR: 4

HRÁEFNI :

1 gulrót, saxuð

1 tsk þurrkuð basil

1 laukur, saxaður

4 hvítlauksrif, söxuð

Ólífuolía, 4 teskeiðar

Seyði, 4 bollar

3 únsur. quinoa pastaskeljar

1 tsk þurrkað oregano

2 selleristilkar, saxaðir

15 aura dós af cannellini baunum

Klípa svartan pipar

1 fennelpera, saxuð

1 kúrbít, saxað

4 bollar af barnaspínati

14 aura af skornum ristuðum tómötum

1 tsk sjávarsalt

LEIÐBEININGAR :

Steikið lauk, hvítlauk, sellerí, gulrót, basil og oregano í smá olíu; látið malla, hrærið af og til, í 3 mínútur.

Eldið kúrbít og fennel saman í 3 mínútur til viðbótar.

Bætið soðinu og tómötunum saman við.

Þegar pastað er næstum því tilbúið skaltu bæta við grænmetinu, lækka hitann í suðu og sjóða í 8 mínútur.

Eldið í þrjár mínútur til viðbótar eftir að baununum og spínatinu er bætt út í.

28. Amerískur hvítur chili

HEILDAR ELDUNARTÍMI: 30 MÍNÚTUR

DÓTTUR: 4

HRÁEFNI :

1 bolli þurrt kínóa, skolað og soðið

1/4 bolli hakkað kóríander

30 aura af cannellini baunum, tæmd

2 matskeiðar ólífuolía

4 hvítlauksrif, söxuð

Reykt paprika, 1/2 tsk

Chili duft, 1 matskeið

1 tsk malað kóríander

1 tsk sjávarsalt

2 bollar grænmetissoð

1 jalapenó

2 tsk þurrkað oregano

2 laukar, saxaðir

2 paprikur, saxaðar

LEIÐBEININGAR :

Olíusteikið lauk, papriku og hvítlauk í 3 mínútur.

Bæta við kryddi, baunum og seyði; látið suðuna koma upp.

Eldið í 18 mínútur, hrærið af og til, þakið.

Bætið salti og kóríander út í.

29. Gullna graskerssúpa með stökkri salvíu

HEILDAR ELDUR TÍMI: 15 MÍNÚTUR

DÓTTUR: 6

HRÁEFNI

Kanillduft, 1 tsk

Cayenne duft, 1 tsk

2 matskeiðar af hreinu hlynsírópi

1 matskeið söxuð salvía

14 aura kókosmjólk

Ólífuolía, 2 matskeiðar

5 bollar grasker, skorið í teninga og grillað

Kosher salt og malaður pipar

1 skalottlaukur, skorinn í teninga

Klípa sjávarsalt

4 matskeiðar af söltu smjöri

1 bolli hrá graskersfræ, ristað

LEIÐBEININGAR

Stilltu ofninn á 400°F.

Kastaðu Butternut squash, skalottlaukur, ólífuolíu, hlynsírópi, möluðum salvíu, cayenne pipar, kanil og smá salti og pipar með því að nota Crockpot pott.

Maukið ristuðu grænmetið með smá vatni þar til það er slétt.

Bætið helmingnum af smjörinu og kókosmjólkinni út í og látið malla í 5 mínútur.

Bræðið afganginn af smjörinu og steikið heil salvíublöðin í eina mínútu á hlið.

Saltið salvíu og graskersfræ á pönnunni.

Berið fram, skreytt með stökkum salvíulaufum og graskersfræjum.

30. Ristað tómatsúpa með smjöri

HEILDAR ELDUR TÍMI: 10 MÍNÚTUR

DÓTTUR: 4

HRÁEFNI

TÓMATBASILÍKUSÚPA

1 bolli nýmjólk

1 laukur

2 matskeiðar timjan

28 aura af heilum skrældum tómötum, ristuðum

Kosher salt og malaður pipar

3 matskeiðar af söltu smjöri

6 matskeiðar sítrónu basil pestó

LEIÐBEININGAR

Blandið ristuðum tómötum, lauk og mjólk þar til slétt.

Blandið öllu saman, nema pestóinu, með því að nota Crockpot og hitið það vel í 3 mínútur við 425°F.

Stráið 3 msk af pestói yfir.

31. Kjúklingasúpa með sveppum

HEILDAR ELDUNARTÍMI: 40 MÍNÚTUR

DÓTTUR: 8

HRÁEFNI

10 hvítlauksrif, söxuð
1 tsk rauð paprika, skorin í teninga
2 lárviðarlauf
12 aura grænkál, stilkar fjarlægðir, blöð brotin
1 pund forskornir D-vítamín auðgaðir sveppir
2 pund beinlausar, roðlausar kjúklingabringur
2 bollar laukur, skorinn í teninga
2 matskeiðar kókosolía
15 únsur. kjúklingabaunir, tæmdar
8 bollar saltlaust kjúklingasoð
3 sellerístilkar, skornir í sneiðar
2 gulrætur, sneiddar
4 timjangreinar
Kosher salt, 2 teskeiðar

LEIÐBEININGAR

Olíusteikið gulræturnar, laukinn og selleríið í 5 mínútur.
Bætið sveppunum, hvítlauknum, kjúklingabaunum, seyði, timjani og lárviðarlaufum út í og látið suðuna koma upp.
Bætið kjúklingnum, salti og pipar út í og látið kjúklinginn malla í

um það bil 30 mínútur.

Rífið kjötið í sundur og fargið beinum.

Eldið grænkálið í 5 mínútur og bætið svo rifna kjúklingnum út í.

32. Crockpot auðguð súpa

HEILDAR ELDUNARTÍMI: 30 MÍNÚTUR

DÓTTUR: 8

HRÁEFNI
1 pund forskornir D-vítamín auðgaðir sveppir
2 matskeiðar olía
2 bollar laukur, skorinn í teninga
10 hvítlauksrif, söxuð
12 únsur. hrokkið grænkál, stilkar fjarlægðir, brotin blöð
8 bollar saltlaust kjúklingasoð
Kosher salt, 2 teskeiðar
3 sellerístilkar, skornir í sneiðar
2 pund beinlaus, roðlaus kalkúnn
4 timjangreinar
2 lárviðarlauf
2 gulrætur, sneiddar
15 únsur. kjúklingabaunir, tæmdar
1 tsk mulin rauð paprika

LEIÐBEININGAR
Olía- steikið allt hráefnið, nema kalkún og grænkál; lokið og látið malla í 25 mínútur.
Bætið kalkún og grænkáli við soðið; hylja og sjóða í 5 mínútur.

33. Gull túrmerik blómkálssúpa

HEILDAR ELDUNARTÍMI: 30 MÍNÚTUR

DÓTTUR: 4

HRÁEFNI

3 hvítlauksrif, söxuð
3 matskeiðar vínberjaolía
$\frac{1}{8}$ matskeiðar muldar rauðar piparflögur
1 matskeið af túrmerik
$\frac{1}{4}$ bolli ný kókosmjólk
6 bollar af blómkálsblómum
1 matskeið kúmenduft
1 laukur eða fennel laukur, saxaður
3 bollar af grænmetissoði

LEIÐBEININGAR

Stilltu ofninn á 450 gráður.

Eldið blómkál og hvítlauk í olíu.

Kasta til að húða jafnt með túrmerik, kúmeni og rauðum piparflögum.

Blómkáli skal dreift í einu lagi á ofnplötu og bakað í 30 mínútur, eða þar til það er gullbrúnt.

Steikið laukinn í 1 matskeið af olíu sem eftir er með því að nota Crockpot.

Í potti blandið afganginum af blómkálinu saman við laukinn og grænmetiskraftinn.

Maukið þar til það er slétt og berið fram með smá kókosmjólk.

34. Crockpot timbursúpa

HEILDAR ELDUNARTÍMI: 45 MÍNÚTUR

DÓTTUR: 6

HRÁEFNI

16 aura dós súrkál; skolað

2 beikonsneiðar, soðnar

½ pund af pólskri pylsu; sneið og soðin

1 laukur; hakkað

2 matskeiðar af hveiti

2 stilkar af sellerí; sneið

4 bollar af nautasoði

1 tsk kúmenfræ

2 tómatar; hakkað

1 paprika; hakkað

2 tsk paprika

1 bolli sveppir, sneiddir

½ bolli sýrður rjómi

LEIÐBEININGAR

Eldið grænmeti þar til það er mjúkt og bætið lauknum og grænum pipar út í.

Bætið soðnu pylsunni og beikoninu, nautasoði, súrkáli, tómötum, papriku og kúmenfræ út í.

Eldið í 45 mínútur.

Blandið saman hveiti og sýrðum rjóma og blandið í súpuna.

Fylltu aftur á Crockpot með öllu og eldaðu í auka mínútu.

35. Crockpot shoyu seyði

HEILDAR ELDUR TÍMI: 10 MÍNÚTUR

DÓTTUR: 4

HRÁEFNI :

5 þurrkaðir shiitake sveppir, brotnir í bita

4 teskeiðar af kókosolíu

4 matskeiðar dashi korn

3 vorlaukar, skornir í sneiðar

1 epli, kjarnhreinsað, afhýtt og saxað

1 tsk hvítur pipar

5 hvítlauksrif, afhýdd

4 stykki af uxahala

1 laukur, skorinn í bita

2 sellerístilkar, saxaðir

1 sítrónu

2 lítrar af kjúklingasoði

2 gulrætur, skrældar og saxaðar

175ml sojasósa

2 teskeiðar af salti

1 heill kjúklingur

1 lárviðarlauf

LEIÐBEININGAR :

Bætið kókosolíu, þurru Shiitake, epli, sellerí, gulrótum, lauk og hvítlauk í pottinn.

Bætið við kjúklingi, nautahalanum og sítrónunni.

Hitið Crockpot í 90°C og setjið í ofninn í 10 klukkustundir; látið suðuna koma upp.

Hellið spagettíinu út í.

36. Linsubaunasúpa

HEILDAR ELDUNARTÍMI: 30 MÍNÚTUR

DÓTTUR: 4

HRÁEFNI

1 bolli laukur, sneiddur

2 teskeiðar af salti

1/2 tsk kóríanderduft

2 lítrar af kjúklinga- eða grænmetissoði

1 pund af linsubaunir

Saxaðir tómatar, 1 bolli

Hakkað gulrót, 1/2 bolli

Saxað sellerí, 1/2 bolli

2 matskeiðar ólífuolía

1 tsk kúmen

LEIÐBEININGAR

Olíusteikið sellerí, lauk og gulrót með smá salti.

Blandið saman við kóríander, kúmen, linsubaunir, tómötum og seyði.

Látið malla í nokkrar mínútur.

Notaðu blandara til að mauka blönduna í æskilega samkvæmni.

SALÖT OG MEÐBÆR

37. Ítalskt cannellini & myntu salat

Hráefni

1 bolli (250 ml) þurrar cannellini baunir, lagðar í bleyti

4 bollar (1 L) vatn

1 hvítlauksgeiri, saxaður

1 lárviðarlauf

1 grein fersk mynta

1 dash ediki

1 ríkuleg hræra af ólífuolíu Salt og pipar (eftir smekk)

Til að háþrýstingselda, bætið í bleytum baunum, vatni, hvítlauksrif og lárviðarlaufi í Instant Pot.

Lokaðu og læstu lokinu. Veldu [Pressure Cook] eða [Manual] og stilltu síðan [+] eða [-] hnappinn til að stilla 8 mínútur af háþrýstingseldunartíma.

Þegar tíminn er liðinn skaltu opna lokið með Natural Release.

Sigtið baunirnar og blandið saman við myntu, ediki, ólífuolíu, salti og pipar.

38. Kryddað blómkáls- og sítrussalat

Hráefni

1 lítið blómkál, blöðum skipt

1 lítið romanesco Blómkál , blómkál skipt

1 pund (500 g) brokkolí

2 frælausar appelsínur, skrældar og þunnar sneiðar Vinaigrette:

1 appelsína, rifin og kreist

4 ansjósur

1 heit paprika (fersk ef mögulegt er), skorin í sneiðar eða hakkað eftir óskum óskolað

4 msk (60 ml) af extra virgin ólífuolíu

Salt og pipar (eftir smekk)

Bætið appelsínubörknum og safa, ansjósum, heitum pipar, kapers, ólífuolíu og salti og pipar í vínaigretteílátið. Þú getur annaðhvort saxað þau smátt eða skilið þau eftir í heilu lagi (nema heitan pipar) allt eftir óskum við matarborðið þitt.

Hristið ílátið vel og setjið til hliðar.

Afhýðið appelsínurnar annaðhvort með höndunum eða með hníf, fjarlægið allar hvítu bitarnir sem hanga. Skerið það síðan þunnt þversum.

Ef appelsínurnar þínar eru ekki frælausar skaltu taka fræin úr sneiðunum og setja til hliðar.

Undirbúðu hraðsuðupottinn þinn með því að bæta einum bolla af vatni við botninn og setja gufukörfuna inni.

Bætið öllum blómunum í gufukörfuna.

Lokaðu og læstu lokinu á hraðsuðupottinum. Snúðu hitann í háan og þegar eldavélin nær þrýstingi skaltu lækka hitann niður í lágmarkið sem eldavélin þarf til að halda þrýstingi. Eldið í 6 mínútur við LÁGAN þrýsting.

Þegar tíminn er liðinn skaltu opna eldavélina með því að losa um þrýstinginn.

Færið blómin í framreiðslufat, blandið saman við appelsínusneiðar, hristið vínaigrettuna aftur vel og hellið ofan á.

39. Cilantro lime kjúklinga taco salat

ÞJÓNAR 8

Hráefni

SALAT:

1 msk (15 ml) extra virgin ólífuolía

½ bolli (125 ml) laukur, smátt saxaður

4 stórar kjúklingabringur, skornar í bita

1 tsk (5 ml) salt

1 tsk (5 ml) kúmen

½ tsk (3 ml) svartur pipar

1 dós (15 oz) hægelduðum tómötum með grænum chili

1 dós (15 oz) svartar baunir, tæmdar og skolaðar

3 msk (45 ml) kóríanderlauf, smátt skorin

Cilantro lime hrísgrjón

Rift salat, niðurskornir ferskir tómatar, rifinn ostur, avókadó, tortilla flögur til framreiðslu

CILANTRO LIME DRESSING:

½ bolli (125 ml) majónes

½ bolli (125 ml) súrmjólk

⅓ bolli (75 ml) þykkt salsa verde

⅓ bolli (75 ml) kóríander, saxað

1 msk (15 ml) lime safi

2 hvítlauksrif, pressuð

½ tsk (3 ml) hvítlauksduft

½ tsk (3 ml) laukduft

½ tsk (3 ml) salt

¼ tsk (1 ml) malaður svartur pipar

¼ tsk (1 ml) rauðar piparflögur

Undirbúningur dressingarinnar: Blandaðu majónesi, súrmjólk, salsa, kóríander, limesafa, hvítlauk, hvítlauksdufti, laukdufti, salti, pipar og rauðum piparflögum í blandara krukku. Púlsaðu þar til það hefur blandast vel saman. Geymið í kæli í nokkrar klukkustundir eða yfir nótt.

Veldu Sauté aðgerðina á Instant Pot. Þegar það er heitt, bætið olíu og lauk í pottinn. Steikið laukinn í 3 mínútur.

Bætið kjúklingnum út í og steikið í 2 mínútur. Bæta við tómötum, salti, kúmeni og svörtum pipar.

Læstu lokið á sínum stað. Veldu Manual á Instant Pot og stilltu að háþrýstingi. Stilltu á 2 mínútur eldunartíma. Þegar tímamælir gefur frá sér píp, notaðu hraðþrýstingslosun til að losa þrýstinginn.

Fjarlægðu lokið. Veldu sauté og eldið og hrærið oft þar til vökvinn hefur soðið af. Hrærið svörtum baunum og kóríander saman við.

Berið fram yfir káli toppað með kjúklingi, kóríander lime hrísgrjónum, osti, avókadó, muldum tortilla flögum og kóríander lime dressingu.

40. 1 mínúta kínóa

Hráefni

1 bolli (250 ml) svart kínóa, skolað

1 klípa af salti

1 ½ bollar (375 ml) af vatni

1 lime, rifið og kreist

1 búnt kóríander eða steinselja, gróft saxað

1 stór roma tómatur, smátt skorinn

1 gul paprika, smátt skorin

1/2 bolli (125 ml) grænar ólífur, saxaðar

1 agúrka, fræhreinsuð og fínt skorin

Bætið kínóa, limebörk, salti og vatni í Instant pottinn.

Lokaðu og læstu lokinu. Snúðu hitann á háan og þegar eldavélin nær þrýstingi, lækkaðu hitann og eldaðu í 1 mínútu við HÖGAN þrýsting. Þegar tíminn er liðinn skaltu halda áfram að elda kínóaið með afgangshitanum og gufu hraðsuðupottarins með því að opna eldavélina með því að nota náttúrulegar leiðbeiningar - slökktu á hitanum og gerðu ekki neitt (um það bil 10 mínútur). Ef eldavélin hefur ekki losað allan þrýstinginn eftir 10 mínútur, slepptu þá þrýstingnum sem eftir er með því að opna lokann.

Þurrkaðu soðnu kínóaið í blöndunarskál til að kólna.

Bætið síðan söxuðum tómötum, pipar, ólífum, gúrkunni og kóríander út í.

Blandið saman við lime safa og kryddið með einhverju viðbótarsalti eftir smekk.

Berið fram við stofuhita eða kælt.

41. Fullkomin basmati hrísgrjón

Hráefni

2 BOLLAR (500 ML) BASMATI RÍS

2 ½ BOLLAR (625 ML) VATN

Skolið hrísgrjónin í fínmöskju sigti.

Bankaðu hrísgrjónunum í Instant pottinn og gætið þess að fjarlægja villandi korn af efstu brún innri pottsins.

Hellið vatninu út í og blandið saman.

Lokaðu lokinu, stilltu lokann á "sealing" á lokinu og veldu Manual Program, stilltu þrýstisuðutímann í 3 mínútur við háþrýsting.

Þegar tíminn er liðinn skaltu opna Instant pottinn með því að nota 10 mínútna náttúrulega þrýstilosun.

42. Fullkomin jasmín hrísgrjón

Hráefni

3 BOLLAR (750 ML) JASMÍNHRÍS | 3 BOLLAR (750 ML) VATN

Skolið hrísgrjónin í fínmöskju sigti.

Sigtið hrísgrjónin og bætið í Instant pottinn - gætið þess að fjarlægja villandi korn af efri brún innri pottsins.

Bætið vatni við. Lokaðu og læstu lokinu á Instant Pot. Ýttu á [Pressure Cook] og notaðu síðan [-] hnappinn til að stilla 1 mínútu af háþrýstingseldunartíma við háþrýsting.

Þegar tíminn er liðinn skaltu opna skyndipottinn með því að nota 10 mínútna náttúrulega þrýstilosun.

43. Fullkomin brún hrísgrjón

Hráefni

2 BOLLAR (500 ML) BRÚN hrísgrjón

2 ½ BOLLAR (625 ML) VATN

Bætið hrísgrjónum í instant pottinn - gætið þess að fjarlægja villandi korn af efstu brún innri pottsins.

Bætið vatni við. Lokaðu og læstu lokinu á Instant Pot. Ýttu á [Pressure Cook] og notaðu síðan [-] hnappinn til að stilla 22 mínútur af háþrýstingseldunartíma.

Þegar tíminn er liðinn skaltu opna skyndipottinn með því að nota 10 mínútna náttúrulega þrýstilosun.

44. Endursteiktar baunir

Hráefni

1 msk (15 ml) jurtaolía

1 laukur, saxaður

1 búnt af kóríander (eða steinselju), stilkar og blöð skipt og saxað

¼ tsk (1 mL) chipotle duft ½ tsk (2 mL) kúmen

2 bollar (500 ml) þurrar borlotti (eða pinto) baunir, lagðar í bleyti

2 bollar (500 ml) vatn

1 tsk (5 ml) salt

Í forhitaðri hraðsuðupottinum, á meðalhita án loksins, bætið olíunni út í og steikið laukinn, steinseljustöngla chipotle og kúmen þar til laukurinn byrjar að mýkjast.

Bætið baununum og vatni út í.

Lokaðu og læstu lokinu. Snúðu hitann í háan og þegar eldavélin nær þrýstingi skaltu lækka hitann í lágmarkið sem þarf til að halda þrýstingi. Eldið í 7-10 mínútur við háþrýsting.

Opnaðu með Natural losunarleiðbeiningunum - færðu hraðsuðupottinn á köldum brennara og bíddu eftir að þrýstingurinn lækki af sjálfu sér (um það bil 10 mínútur).

Fjarlægðu hrúgafulla skeið af baunum (til að skreyta) og stráðu afganginum í eldavélinni með salti og stappaðu með kartöflustöppu í æskilega þéttleika.

Berið fram stráð með heilum baunum, steinselju og valkvætt sýrðum rjóma (eða venjulegri nýmjólkurjógúrt).

45. Sikileysk grænmetisblanda

ÞJÓNAR 2-4

Hráefni

1 stórt eggaldin, skorið í teninga

1 tsk (5 ml) salt

¼ bolli (50 ml) ólífuolía

1 meðalstór paprika (rauð eða gul), skorin í strimla

2 meðalstórir kúrbítar, skornir í hringi

1 laukur, skorinn í þunnar báta

2 meðalstórar kartöflur, skornar í teninga

10 kirsuberjatómatar, helmingaðir

1 msk (15 ml) kapers, síuð og skoluð

2 msk (30 ml) furuhnetur (ein til að elda, ein til að skreyta)

1 msk (15 ml) rúsínur, endurvökvaðar og kreistar

¼ bolli (50 ml) ólífur, grófhreinsaðar

1 búnt basil, saxað (helmingur til eldunar, helmingur til skreytingar)

Salt og pipar (eftir smekk)

Setjið eggaldinið í sigti og stráið salti yfir teningunum. Til að ná öllum bitra vökvanum út: bætið disk ofan á eggaldinið í teningum og einhvers konar þyngd ofan á það til að ýta því niður (ég nota fullan teketilinn minn) og látið þá standa í um hálftíma.

Í millitíðinni skaltu þvo og skera hitt grænmetið í sneiðar eins og tilgreint er.

Í forhitaðri hraðsuðupottinum, á háum hita án loksins, bætið við ólífuolíunni og brúnið grænmetið, bætið því við í eftirfarandi röð og hrærið stöðugt í með tréskeið.

Bætið fyrst við eggaldininu og kartöflunum (bíðið í 3 mínútur en haltu áfram að hræra), papriku og lauk (bíddu í 3 mínútur í viðbót og haltu áfram að hræra), kúrbít (hrærið í 3 í viðbót). Eldavélin þín mun byrja að verða nokkuð full, svo hrærið varlega!

Að lokum er helmingurinn af saxaðri basilíku, furuhnetum, rúsínum, ólífum, kapers, salti og pipar bætt út í eftir smekk.

Ef þú ert að nota rafmagns hraðsuðukatla, sem þarf meira en $\frac{1}{2}$ bolla af vatni til að ná þrýstingi skaltu bæta við einum bolla af vatni. Lokaðu lokinu og stilltu lokann í háþrýstingseldunarstöðu. Rafmagns hraðsuðupottar og hraðsuðupottar: Eldið í 4 mínútur við háan þrýsting.

Þegar tíminn er liðinn skaltu opna hraðsuðupottinn með venjulegri losun - losaðu þrýstinginn í gegnum lokann.

strax yfir í framreiðslufat (svo grænmetið geti kólnað) og caponatina ná stofuhita áður en kirsuberjatómötunum er blandað saman við og dressað með smá ferskri ólífuolíu, balsamikediki (ef þarf - athugaðu eftir smekk sýrustigið fyrst - tómatarnir ef þeir eru ekki fullþroskaðir gætu hafa lagt til næga sýru).

Stráið ferskri basil og furuhnetum yfir.

46. Klassisk kartöflumús

ÞJÓNAR 4-8

Hráefni

6-8 miðlungs kartöflur, hvers konar

2 bollar (500 ml) vatn

1 tsk (5 ml) gróft steinsalt

1/3 bolli (75 ml) fullur rjómi eða mjólk Salt og pipar (eftir smekk)

Þvoðu og skrúbbaðu kartöflurnar þínar vel, þó þú sért að taka hýðið af, vilt þú ekki að dótið sem er fast á því fljóti um í hraðsuðupottinum þínum og eldunarvatni - þú munt nota það síðar í maukið.

Setjið þvegnar kartöflur inn í hraðsuðupottinn, með stærstu kartöflunum í botninum og þær minni ofan á, og bætið vatninu við. Setjið síðan saltið ofan á (það bráðnar og sameinast vatninu við eldun). Aldrei setja salt í beina snertingu við kaldan hraðsuðupott úr ryðfríu stáli þar sem það getur aflitað málminn.

Lokaðu og læstu lokinu á hraðsuðupottinum.

Eldið í 18 mínútur við háþrýsting.

Þegar tíminn er liðinn, opnaðu eldavélina með því að losa þrýstinginn í gegnum lokann - hver hraðsuðukatli gerir þetta á annan hátt svo skoðaðu handbókina þína til að fá sérstakar leiðbeiningar!

Flyttu kartöflurnar í blöndunarskálina, geymdu eldunarvatnið og á meðan þær eru eins heitar og þú getur höndlað skaltu fjarlægja hýðið (eða láta þær vera á ef þú vilt).

Byrjið að stappa með kartöflustöppu og bætið við tveimur matskeiðum af matarvatni. Síðan tvær matskeiðar af rjóma. Haltu áfram að bæta við og stappa þar til þú hefur náð æskilegri þéttleika - chunky er það sem fjölskyldunni minni líkar við svo það þarf aðeins nokkrar umferðir af stappu og bæta við vökva til að kartöflurnar mínar séu klárar.

Smakkaðu áður en þú bætir við meira salti þar sem þau gætu nú þegar verið nógu sölt! Bætið síðan við auka salti og pipar eftir smekk.

47. Steiktar barnakartöflur

ÞJÓNAR 4-6

Hráefni

5 msk (75 ml) jurtaolía

2 lbs (1 kg) barna- eða fingurkartöflur

1 grein af rósmarín

3 hvítlauksgeirar (ytra húð á)

1 bolli (250 ml) soð

Salt og pipar (eftir smekk)

Ýttu á [Sauté] til að forhita skyndipottinn. Þegar "heitt" birtist á skjánum skaltu bæta við jurtaolíunni.

Bætið kartöflunum, hvítlauknum og rósmaríninu út í. Veltið kartöflunum um og brúnið að utan á öllum hliðum (um það bil 8-10 mínútur).

Stingið í miðjuna á hverri kartöflu með beittum hníf (ekki hræra í kartöflunum lengur). Hellið soðinu út í.

Lokaðu og læstu lokinu á Instant Pot. Ýttu á [Pressure Cook] og notaðu síðan [+] eða [-] hnappinn til að stilla 11 mínútur af háþrýstingseldunartíma.

Þegar tíminn er liðinn, losaðu þrýstinginn og opnaðu skyndipottinn með því að nota Quick Pressure Release.

Fjarlægðu ytra hýðið af hvítlauksrifunum og berið hvítlaukinn fram heilan eða söxinn með kartöflunum.

Stráið öllu yfir salti og pipar og berið fram!

KORN OG HRÍS

48. Brún hrísgrjón pilaf

HRÁEFNI

2 matskeiðar (30 ml) ólífu- eða jurtaolía

1 meðalstór laukur, smátt saxaður

1 rauð paprika, kjarnhreinsuð, fræhreinsuð og smátt skorin

2 stilkar sellerí, snyrt og smátt saxað

2 gulrætur, skrældar, snyrtar og smátt saxaðar

1 bolli (180 g) hrá hýðishrísgrjón

1 tsk hakkað hvítlaukur

1/4 bolli (60 ml) þurrt hvítvín eða vatn

11/4 bollar (295 ml) grænmetiskraftur eða vatn

1/2 tsk þurrkað timjan

1/2 tsk kosher eða fínt sjávarsalt

1/4 tsk nýmalaður svartur pipar

LEIÐBEININGAR

Ýttu á Sauté á rafmagns hraðsuðupottinum þínum. Hitið olíuna í innri pottinum þar til hún ljómar. Bætið við lauknum, paprikunni, selleríinu og gulrótunum. Eldið, hrærið oft, þar til laukurinn er mjúkur, um það bil 3 mínútur. Hellið hrísgrjónunum út í og hrærið til að hjúpa öll kornin með olíunni. Haltu áfram að elda í um það bil 5 mínútur, eða þar til hrísgrjónin fara að lykta hnetukenndu. Hrærið hvítlauknum saman við og eldið í 30 sekúndur. Bætið víninu saman við og hrærið til að skafa upp brúna bita úr botninum á pottinum. Hellið soðinu út í. Hrærið timjan, salti og pipar saman við. Ýttu á Hætta við.

Lokaðu og læstu lokinu og vertu viss um að gufulosunarhandfangið sé í þéttingarstöðu. Eldið við háþrýsting í 22 mínútur. Þegar því er lokið, losaðu þrýstinginn náttúrulega í 12 mínútur, snúðu síðan gufulosunarhandfanginu að loftræstingu og losaðu þá gufu sem eftir er. Opnaðu lokið og opnaðu það varlega.

Ef það er umfram vökvi til staðar, ýttu á Sauté og eldaðu hrísgrjónin til að gufa upp. Notaðu gaffal til að fleyta hrísgrjónunum. Smakkið til og stillið kryddið ef þarf. Ef það þarf að elda meira skaltu setja lokið á og láta það hvíla í 5 mínútur.

Afrakstur: 4 skammtar

49. Bragðmikil rjómalöguð polenta

HRÁEFNI

1 bolli (164 g) polenta eða meðalmöl
1/4 bolli (60 ml) þungur rjómi eða hálfur og hálfur maísmjöl (valfrjálst)
4 bollar (940 ml) vatn eða grænmetiskraftur
1/2 bolli (50 g) rifinn parmesanostur
1 tsk kosher eða fínt sjávarsalt

LEIÐBEININGAR

Settu polentu, vatn og salt í innri pottinn á rafmagns hraðsuðupottinum þínum. Hrærið vel saman. Lokaðu og læstu lokinu og vertu viss um að gufulosunarhandfangið sé í lokunarstöðu áður en þú eldar á háum hita í 5 mínútur. Þegar því er lokið skaltu leyfa þrýstingnum að losa náttúrulega í 12 mínútur. Snúðu síðan gufulosunarhandfanginu að loftræstingu og losaðu þá gufu sem eftir er. Opnaðu lokið og opnaðu það varlega.

Hrærið vel með þeytara þar til blandan verður rjómalöguð og slétt, passið að brjóta upp kekki. Ef þess er óskað, hrærið rjómanum út í til að fá frekari ríkuleika. Skellið í skálar, stráið ostinum yfir, ef það er notað, og berið fram.

Afrakstur: Um 4 skammtar

50. Hirsi og grískt kjúklingasalat

HRÁEFNI

FYRIR SALATIÐ

2 matskeiðar (30 ml) grænmetis- eða ólífuolía 1/2 bolli (80 g) mjög fínt saxaður laukur

1 rauð paprika, kjarnhreinsuð, fræhreinsuð og mjög smátt saxuð

1 bolli (175 g) hirsi, skolað vel og tæmt 1/2 tsk kosher eða fínt sjávarsalt

1/2 tsk nýmalaður svartur pipar 1 tsk þurrkað oregano 1 bolli (235 ml) vatn

3/4 bolli (180 ml) kjúklingakraftur eða vatn

11/2 bollar (60 g) barnaspínatlauf, skoluð mjög vel, hrist þurr

1 lítil agúrka, afhýdd og smátt skorin

1/3 bolli (35 g) saxaðar ólífur, helst Kalamata

1/3 bolli (50 g) kirsuberjatómatar í fjórðungi

1/2 lítill rauðlaukur, mjög þunnar sneiðar

1 1/2 bollar (210 g) eldaður kjúklingur skorinn í litla teninga eða rifinn, við stofuhita

FYRIR KLÆÐINU

1/3 bolli (80 ml) extra virgin ólífuolía

2 matskeiðar (30 ml) nýkreistur sítrónusafi

1 til 2 matskeiðar (15 til 30 ml) rauðvínsedik, eftir smekk

1/2 tsk kosher eða fínt sjávarsalt

1/4 tsk nýmalaður svartur pipar

FYRIR ÁFLAÐI

2 matskeiðar (6 g) fínt söxuð fersk steinselja

1/4 bolli (38 g) mulinn fetaostur (valfrjálst)

LEIÐBEININGAR

Ýttu á Sauté og hitaðu jurtaolíuna í innri pottinum á hraðsuðupottinum þínum. Þegar það er að glitra, bætið þá söxuðum lauknum og paprikunni út í og eldið, hrærið, í 4 mínútur, eða þar til laukurinn er aðeins mýktur. Bætið hirsi saman við. Stráið salti, pipar og oregano yfir, hellið síðan vatni og soðinu út í og hrærið til að vera viss um að ekkert festist við botninn á pottinum. Ýttu á Hætta við.

Lokaðu og læstu lokinu og vertu viss um að gufulosunarhandfangið sé í þéttingarstöðu. Eldið við háþrýsting í 9 mínútur. Þegar því er lokið skaltu sleppa þrýstingnum náttúrulega í 8 mínútur, snúa síðan gufulosunarhandfanginu að loftræstingu og losa þá gufu sem eftir er. Opnaðu lokið og opnaðu það varlega.

Takið lokið af, hrífið kornið með gaffli og setjið yfir í stóra skál. Bætið spínatinu í skálina, hrærið því út í hirsi og látið gufuna visna grænmetið. Setjið til hliðar til að kólna niður í stofuhita, hristið af og til með gafflum til að koma í veg fyrir að hirsi klessist. Hrærið agúrkunni, ólífunum, tómötunum, rauðlauknum og kjúklingnum saman við þegar það er kólnað.

Afrakstur: Um 4 skammtar

51. Fullkomin hrísgrjón í hvert skipti

HRÁEFNI

1 bolli (180 g) langkorna hvít hrísgrjón
1 bolli (190 g) hýðishrísgrjón
1 1/4 bollar (295 ml) vatn eða grænmetiskraftur
1 1/2 bollar (355 ml) vatn eða grænmetiskraftur
1/2 tsk kosher eða fínt sjávarsalt, eða eftir smekk
1/2 tsk kosher eða fínt sjávarsalt, eða eftir smekk

LEIÐBEININGAR

Hvít hrísgrjón

Skolið hrísgrjónin í netsíi þar til vatnið er ekki lengur skýjað, um 1 mínútu undir rennandi vatni. Hrærið saman hrísgrjónum, vatni og salti í innri pottinum á hraðsuðupottinum þínum. Lokaðu og læstu lokinu og vertu viss um að gufulosunarhandfangið sé í þéttingarstöðu. Eldið við háþrýsting í 3 mínútur.

Þegar því er lokið skaltu sleppa þrýstingnum náttúrulega í 12 mínútur, snúðu síðan gufulosunarhandfanginu að loftræstingu og losaðu þá gufu sem eftir er. Opnaðu lokið og opnaðu það varlega. Notaðu gaffal til að hrífa og fluffa hrísgrjónin áður en þau eru borin fram.

Brún hrísgrjón

Skolið hrísgrjónin í netsíi þar til vatnið er ekki lengur skýjað, um 1 mínútu undir rennandi vatni. Hrærið saman hrísgrjónum, vatni og salti í innri pottinum á hraðsuðupottinum þínum. Lokaðu og læstu lokinu og vertu viss um að gufulosunarhandfangið sé í þéttingarstöðu. Eldið við háþrýsting í 22 mínútur.

Þegar því er lokið skaltu sleppa þrýstingnum náttúrulega í 10 mínútur, snúa síðan gufulosunarhandfanginu að loftræstingu og losa þá gufu sem eftir er. Opnaðu lokið og opnaðu það varlega. Notaðu gaffal til að hrífa og fluffa hrísgrjónin áður en þau eru borin fram.

Afrakstur: 3 til 4 skammtar

52. Quinoa grænmetissalat með sítrónuvínaigrette

HRÁEFNI

FYRIR KÍNÓA

1 bolli grænmetiskraftur eða vatn 1/4 bolli (60 ml) vatn
1 bolli (175 g) quinoa, mjög vel skolað og tæmt
1 tsk kosher eða fínt sjávarsalt Fyrir sítrónuvínaigrettuna
2 matskeiðar (30 ml) nýkreistur sítrónusafi
1/4 bolli (60 ml) extra virgin ólífuolía 1 tsk hunang (eða eftir smekk)
1/2 tsk fersk timjanblöð 1/4 tsk kosher eða fínt sjávarsalt
1/8 tsk nýmalaður svartur pipar

FYRIR Grænmetið

1 matskeið (15 ml) ólífu- eða jurtaolía
2 stórar gulrætur, snyrtar og smátt saxaðar
2 stilkar sellerí, snyrt og smátt saxað
1 stór rauð paprika, kjarnhreinsuð, fræhreinsuð og smátt skorin
2 matskeiðar (20 g) saxaður rauðlaukur
1 bolli (150 g) kirsuberjatómatar, skornir í fjórða
1 meðalstór agúrka, afhýdd, fræhreinsuð og smátt skorin
2 laukar, skornir og þunnar sneiðar
2 tsk (1 g) fersk timjanblöð

LEIÐBEININGAR

KÍNÓA

Setjið soðið, vatnið, kínóaið og saltið í innri pottinn á hraðsuðupottinum þínum. Hrærið og setjið lokið á pottinn. Læstu lokinu og vertu viss um að gufulosunarhandfangið sé í þéttingarstöðu. Eldið við háþrýsting í 4 mínútur. Þegar kínóaið er búið, láttu þrýstinginn losa náttúrulega í 12 mínútur, snúðu síðan gufulosunarhandfanginu að loftræstingu og losaðu þá gufu sem eftir er. Opnaðu lokið og opnaðu það varlega.

Færið kínóaið í skál og setjið til hliðar. Þurrkaðu pottinn af og farðu aftur í hraðsuðupottinn.

VINAIGRETTE

Á meðan kínóa er að eldast, búðu til vínaigrettuna. Í skál eða krukku með þéttu loki, þeytið hráefni dressingarinnar saman þar til það er fleytið. Ef þú notar krukku geturðu hrist hana kröftuglega til að blanda saman. Smakkið til og stillið kryddið eftir þörfum.

GRÆNTÆMI

Þrýstið á Sauté og hitið olíuna í innri pottinum. Bætið við gulrótum, sellerí, papriku og lauk og eldið, hrærið oft, þar til laukurinn er mýktur, um það bil 3 mínútur. Ýttu á Hætta við.

Bætið steiktu grænmetinu við soðna kínóaið. Hrærið tómötunum, gúrkunni og rauðlauknum saman við. Stráið timjaninu yfir. Klæðið salatið með um það bil 3 matskeiðar (45 ml) af vínaigrettunni, blandið til að hjúpa kornið og grænmetið. Smakkið til og stillið kryddið, bætið við meiri vinaigrette ef vill. Setjið salatið inn í ísskáp og kælið þar til það er tilbúið til framreiðslu. Bragðin munu blandast þegar það hvílir. Hrærið aftur áður en það er borið fram. Má bera fram kalt eða við stofuhita.

Afrakstur: 4 til 6 skammtar

53. Saffran risotto

HRÁEFNI

1/2 tsk saffranþræðir

3 matskeiðar (45 ml) sjóðandi vatn

1 matskeið (15 ml) ólífu- eða jurtaolía 1/2 meðalstór laukur, smátt saxaður

1 hvítlauksgeiri, saxaður

1/2 bollar (285 g) Arborio eða Carnaroli hrísgrjón (ekki skipta út öðrum stíl af hrísgrjónum)

2 matskeiðar (30 ml) þurrt hvítvín (valfrjálst)

13/4 bollar (415 ml) vatn

2 bollar (470 ml) grænmetiskraftur skipt

1/2 tsk kosher eða fínt sjávarsalt

1/4 tsk nýmalaður svartur pipar

2 matskeiðar (28 g) ósaltað smjör eða mjólkurfrítt/vegan val eins og Earth Balance

1 tsk nýrifinn sítrónubörkur (má sleppa)

1 bolli (150 g) frosnar baunir

Rifinn parmesanostur (valfrjálst, slepptu fyrir mjólkurfrí og vegan)

LEIÐBEININGAR

Í lítilli skál skaltu bleyta saffran í heitu vatni.

Ýttu á Sauté til að hita innri pottinn á hraðsuðupottinum þínum.

Bætið olíunni út í og hitið þar til það ljómar og hrærið síðan lauknum og hvítlauknum saman við. Eldið, hrærið oft, þar til laukurinn hefur mýkst aðeins, um 4 mínútur. Bætið hrísgrjónunum út í og hrærið til að hjúpa öll kornin með olíunni. Hellið víninu út í og eldið þar til það er frásogast. Hrærið í vatninu,

11/2 bollar (355 ml) af soðinu, saffraninu með bleytivatninu og saltinu og piparnum. Hrærið til að tryggja að engir brúnaðir bitar séu fastir á botni pottsins. Ýttu á Hætta við.

Lokaðu og læstu lokinu og vertu viss um að handfangið sé í þéttingarstöðu. Eldið í 4 mínútur við háþrýsting. Þegar því er lokið, losaðu þrýstinginn náttúrulega í 8 mínútur, snúðu síðan hnappinum í loftræstingarstöðu og slepptu fljótt þeim þrýstingi sem eftir er. Opnaðu lokið og opnaðu það varlega.

Hrærið hrísgrjónin þar til þau eru slétt og allur vökvinn hefur verið innifalinn. Hrærið smjörið saman við þar til það bráðnar og hrísgrjónin verða rjómalöguð. Hrærið sítrónuberki og baunum saman við. Setjið lokið aftur á og látið baunirnar gufa í 3 mínútur. Smakkið til og stillið kryddið með meira salti eða pipar ef þarf. Kasta hrísgrjónunum til að dreifa baunum jafnt. Ef þú vilt rjómameiri, lausari áferð skaltu hræra út í 1/2 bolla (120 ml) soðið sem eftir er.

Hellið í skálar, stráið smá parmesanosti yfir hvern, ef vill, og berið fram.

Afrakstur: 4 skammtar

54. Rjómalöguð mac and cheese með stökku beikoni

HRÁEFNI

4 beikonsneiðar, saxaðar (valfrjálst, skiptu út fyrir 2 matskeiðar [30 ml] olíu fyrir grænmetisætur)

1/2 lítill laukur, rifinn

33/4 bollar (880 ml) vatn

12 aura (340 g) ósoðnar olnbogamakkarónur

11/2 tsk kosher eða fínt sjávarsalt

1 dós (12 aura, eða 340 g) uppgufuð mjólk (ekki sætt þétt) eða nýmjólk

1 tsk þurrt sinnepsduft

1 tsk svartur pipar

1/2 tsk múskat (valfrjálst)

24 aura (672 g) rifinn sérstaklega skarpur cheddar ostur

8 aura (227 g) rifinn fontina eða Monterey Jack ostur

2 aura (56 g) rifinn parmesanostur

Heit piparsósa, eftir smekk

LEIÐBEININGAR

Ýttu á Sauté á rafmagns hraðsuðupottinum þínum. Þegar það er heitt, bætið beikoninu í innri pottinn og eldið, hrærið, þar til það er stökkt. Færið yfir á pappírsklædda plötu til að kólna. Fjarlægðu allt nema 2 matskeiðar (30 ml) af fitunni úr innri pottinum. Bætið lauknum út í og eldið, hrærið, þar til hann er alveg mjúkur, um það bil 5 mínútur. Ýttu á Hætta við.

Bætið vatni, pasta og salti í innri pottinn. Hrærið og passið að pastað sé alveg þakið vökvanum. Lokaðu og læstu lokinu og vertu viss um að gufulosunarhandfangið sé í þéttingarstöðu. Eldið við háþrýsting í 1 mínútu.

Þegar því er lokið skaltu sleppa þrýstingnum náttúrulega í 4 mínútur, losaðu síðan rólega af þrýstingnum með því að færa handfangið á milli loftræstingar og lokunar, hleypa út smá gufu í einu. Notaðu heitan púða til að vernda hönd þína. Þegar allri gufunni er sleppt skaltu opna lokið og opna það varlega.

Prófaðu pastað; það á að vera bara mjúkt og ekki of seigt. Það mun halda áfram að elda þegar þú klárar að búa til réttinn. Ef það þarf lengri tíma skaltu setja lokið aftur á hraðsuðupottinn og láta hann hvíla í nokkrar mínútur.

Hrærið mjólkinni, sinnepsduftinu, piparnum og múskatinu út í soðið pastað. Blandið þar til það er jafnt dreift. Bætið ostunum saman við, smá í einu, hrærið þar til þeir eru bráðnir og kremkenndir áður en meira er bætt út í. Bætið við smá heitri piparsósu ef vill. Ef sósan verður of þykk skaltu bæta við 1/4 bolla (60 ml) af heitu vatni eða meira til að þynna hana. Smakkið til og stillið kryddið ef þarf. Myljið beikonið og stráið ofan á; þjóna strax.

Afrakstur: Um 4 skammtar

55. Klassískt lasagna með kjötsósu

HRÁEFNI

FYRIR KJÖTTSÓSUNA

1 matskeið (15 ml) ólífu- eða jurtaolía 1/2 pund (227 g) nautahakk

1/2 pund (227 g) svínakjöt (ekki pylsa)

1 meðalstór laukur, smátt saxaður

2 hvítlauksgeirar, saxaðir

2 bollar (480 g) muldir

1 matskeið þurrkað oregano

1/4 tsk heil fennelfræ

2 tsk (12 g) kosher eða fínt sjávarsalt 1/2 tsk nýmalaður svartur pipar

FYRIR OSTABLANDUNNI

1 bolli (240 g) ricotta ostur

1/2 bolli (50 g) rifinn parmesanostur

2 matskeiðar (5 g) söxuð fersk basilíkublöð

2 tsk (1 g) þurrkað oregano 1/2 tsk kosher eða fínt sjávarsalt

1/2 tsk nýmalaður svartur pipar Til samsetningar

1/2 (10 únsur, eða 283 g) kassi ofn-tilbúnar lasagna núðlur

1 1/2 bollar (180 g) rifinn mozzarellaostur 1/4 bolli (25 g) rifinn parmesanostur Auka saxuð basilíkublöð, til skrauts

FYRIR Eldunarpottinn

1 1/2 bollar (355 ml) vatn

LEIÐBEININGAR

Klæddu botninn á 7 tommu (18 cm) kringlóttri springformi eða þrýstiformi (eins og þú notar til að gera ostaköku) með smjörpappír. Klæðið hliðarnar með ræma af pergamenti. Vefjið botninn á pönnunni með álpappír til að innihalda vökva. Setja til hliðar.

KJÖT SÓSA

Ýttu á Sauté á rafmagns hraðsuðupottinum þínum. Bætið olíunni í innri pottinn og brúnið kjötið. Notaðu skeið eða flatbrúnt spaða til að brjóta upp kekki til að fá bitana eins litla og þú getur. Bætið lauknum og hvítlauknum út í og eldið, hrærið, þar til laukurinn er mjúkur, u.þ.b

4 mínútur. Hrærið tómötunum, oregano, fennelfræjum, salti og pipar saman við. Látið malla í um það bil 5 mínútur til að blanda saman bragðinu. Smakkið sósuna til og bætið við meira salti eða pipar ef þarf. Hellið í skál. Hreinsaðu innri pottinn.

OSTBLANDA

Í skál, hrærið saman ricotta osti, parmesan, basil, oregano, salti og pipar með gaffli þar til það er slétt.

SAMSETNING

Hyljið botninn á tilbúnu bökunarforminu með smá sósu. Brjótið lasagna núðlurnar þannig að þær passi í eitt lag í botninn á pönnunni.

Setjið meiri sósu yfir pastað, helminginn af ricottablöndunni og þriðjungi af mozzarella. Endurtaktu tvisvar í viðbót, í hvert skipti sem þú þrýstir varlega niður á núðlulagið til að þjappa aðeins saman. Lokalagið verður sósa og mozzarella. Stráið toppnum yfir með parmesan.

Sprautaðu álpappír með nonstick grænmetisspreyi (án hveiti) og leggðu það, með sprautuðu hliðinni niður, ofan á pönnuna. Kryddu brúnir álpappírsins létt til að halda gufunni úti.

Hellið vatninu í botninn á innri pottinum. Settu grind í botninn. Settu pönnuna á grindina. Lokaðu og læstu lokinu og vertu viss um að gufulosunarhandfangið sé í þéttingarstöðu. Eldið við háþrýsting í 24 mínútur. Þegar því er lokið skaltu sleppa þrýstingnum náttúrulega í 10 mínútur, snúa síðan gufulosunarhandfanginu að loftræstingu og losa þá gufu sem eftir er. Opnaðu lokið og opnaðu það varlega.

Lyftu pönnunni upp úr pottinum, fjarlægðu álpappírinn og stingdu hníf á nokkra staði; það ætti ekki að mæta mótstöðu. Setjið pönnuna á bökunarplötu. Ef þess er óskað, setjið undir grillið til að brúna ostinn ofan á. Takið úr ofninum og látið hvíla í 10 mínútur áður en það er skorið í skammta, stráið smá saxaðri basilíku ofan á hvern bita.

Afrakstur: 4 skammtar

56. Grænmetismakkarónur salat

HRÁEFNI

12 aura (340 g) olnbogamakkarónur

Ólífu- eða jurtaolía

21/2 tsk (15 g) kosher eða fínt sjávarsalt, skipt

1/2 til 3/4 bolli (120 til 180 ml) ítalsk salatsósa, eins og Girard's Olde Venice Italian Dressing

1 tsk sykur (valfrjálst)

1/2 tsk nýmalaður svartur pipar 1/2 tsk laukduft

1/4 tsk malað sellerífræ

3 laukar, saxaðir og smátt saxaðir

2 stilkar sellerí, snyrt og smátt saxað

2 rauðar paprikur, kjarnhreinsaðar, fræhreinsaðar og smátt saxaðar

1 stór agúrka, smátt skorin

1/2 pint (150 g) kirsuberjatómatar, skornir í tvennt

1/2 bolli (50 g) sneiðar svartar ólífur

3 matskeiðar (9 g) saxuð fersk steinselja

LEIÐBEININGAR

Settu pastað í innri pottinn á rafmagns hraðsuðupottinum þínum. Bætið við fersku vatni til að hylja pastað með 1 tommu (5 cm). Hrærið 2 tsk (12 g) af salti út í vatnið og passið að pastað festist ekki við botninn á pottinum.

Lokaðu og læstu lokinu með gufulosunarhandfanginu í þéttingarstöðu. Eldið við háþrýsting í 1 mínútu. Þegar því er lokið, slepptu þrýstingnum náttúrulega í 4 mínútur, snúðu síðan gufulosunarhandfanginu að loftræstingu og losaðu þá gufu sem eftir er. Þegar þrýstiventillinn fellur skaltu opna lokið og opna það varlega. Hellið pastanu í sigti og skolið með köldu vatni til að stöðva eldunina og tæmdu síðan vandlega. Flyttu yfir í stóra blöndunarskál.

Í skál, þeytið saman dressingu, sykur (ef það er notað), 1/2 tsk salt, pipar, laukduft og sellerífræ. Hellið 1/2 bolla (120 ml) yfir pastað og hrærið grænmetinu og steinseljunni saman við, blandið þar til jafnt dreift og allt er húðað með dressingunni. Smakkið til og stillið kryddið, bætið við meiri dressingu ef þarf. Geymið í kæli, þakið, þar til tilbúið til framreiðslu.

Afrakstur: 8 til 10 skammtar

57. Rækjur og pasta í sítrónurjómasósu

HRÁEFNI

FYRIR PASTA

12 aura (340 g) penne pasta
1 tsk kosher eða fínt sjávarsalt Ólífuolía, til að henda

FYRIR RÆKJU

1 matskeið (15 ml) ólífu- eða jurtaolía
1 meðalstór skalottlaukur, saxaður
1 1/2 pund (680 g) hrá miðlungs rækja, afhýdd og afveguð
1/2 tsk hakkað ferskt dill
Kosher eða fínt sjávarsalt og nýmalaður svartur pipar, eftir smekk
Fyrir sítrónurjómasósuna
3 matskeiðar (42 g) ósaltað smjör
1 1/2 bollar (355 ml) þungur rjómi eða uppgufuð mjólk
1 1/2 hvítlauksrif, afhýdd
2 tsk (10 ml) nýkreistur sítrónusafi
2 tsk (4 g) fínt rifinn sítrónubörkur
1 1/4 bollar (125 g) rifinn parmesanostur, skipt
Salt og nýmalaður svartur pipar, eftir smekk
Fínt söxuð fersk ítalsk steinselja eða graslauk, til skrauts

LEIÐBEININGAR

PASTA

Settu pastað í innri pottinn á hraðsuðupottinum þínum. Hellið nægu vatni út í til að það hylji pastað um 5 cm. Hrærið í pastanu til að passa að það festist ekki við botninn á pönnunni. Stráið salti í vatnið. Lokaðu og læstu lokinu og vertu viss um að gufulosunarhandfangið sé í þéttingarstöðu. Eldið við háþrýsting í 2 mínútur.

Þegar því er lokið skaltu sleppa þrýstingnum náttúrulega í 3 mínútur, og gera síðan stýrða losun með því að snúa gufulosunarhandfanginu hálfa leið á milli þéttingar- og loftræstistaða. Verndaðu hönd þína með heitum púða. Þegar allri gufu hefur verið sleppt, ýttu á Hætta við. Opnaðu lokið og opnaðu það varlega. Hellið pastaðinu í sigti, tæmið það og blandið smá olíu yfir til að halda því ekki saman þegar það situr. Þurrkaðu út innri pottinn.

RÆKJA

Ýttu á Sauté og hitaðu innri pottinn. Bætið olíunni út í og þegar það er heitt, hrærið skalottlaukanum saman við. Eldið í um það bil 1 mínútu, þar til það er rétt að byrja að litast. Bætið rækjunni og dilli saman við og hrærið til að hjúpa með olíunni. Eldið, hrærið oft, þar til rækjurnar verða ógagnsæjar og verða bleikar á báðum hliðum, 1 til 2 mínútur á hvorri, þar til hún er nýbúin. Stráið létt salti og pipar yfir. Notaðu göt til að ausa rækjunni úr pottinum og bætið út í pastað; hylja til að halda hita.

Sítrónukremsósa

Bætið smjörinu í innri pottinn, hitið þar til það er alveg bráðnað. Þeytið rjóma, hvítlauk, sítrónusafa og börk út í. Eldið þar til það er orðið hlýtt, þeytið oft til að forðast að brenna. Fargið hvítlauknum. Þeytið 1 bolla (100 g) af parmesanosti út í þar til það er slétt. Ýttu á Hætta við. Smakkið til og stillið kryddið með salti og pipar ef þarf.

Bætið pastanu og rækjunum við sósuna, hrærið til að hjúpa hvern bita vandlega. Settu lokið aftur á og láttu það hvíla í nokkrar mínútur, eða þar til pasta og rækjur eru hituð í gegn. Bætið við skvettu af vatni ef sósan verður of þykk.

Til að bera fram skaltu ausa pasta og rækjum í skálar og strá efst á hverjum skammti með 1 matskeið (6 g) af Parmesanosti sem eftir er og smá steinselju. Berið fram heitt.

Afrakstur: 4 skammtar

58. Svínakjöt marsala og penne pasta

HRÁEFNI

8 aura (227 g) penne pasta

2 teskeiðar (12 g) kosher eða fínt sjávarsalt, auk meira eftir smekk

2 matskeiðar (30 ml) ólífu- eða jurtaolía, skipt, auk meira til að drekka

1 (um 11/2 pund, eða 680 g) svínalund

4 sneiðar pancetta eða beikon, saxaðar

1 lítill laukur, smátt saxaður

1 hvítlauksgeiri, saxaður

3/4 bolli (180 ml) sætt Marsala-vín eða kjúklingakraftur

1/4 bolli (60 ml) kjúklingakraftur

Nokkrir greinar ferskt timjan

2 matskeiðar (16 g) maíssterkju

3 matskeiðar (45 ml) kalt vatn Nýmalaður svartur pipar, eftir þörfum Hakkað fersk steinselja, til skrauts

8 aura (227 g) cremini eða porcini sveppir, stofnaðir og skornir í helminga eða fjórða

LEIÐBEININGAR

Settu pennann í innri pottinn á rafmagns hraðsuðupottinum þínum. Fylltu pottinn með fersku vatni til að hylja um 1 tommu (5 cm). Hrærið saltinu saman við. Lokaðu og læstu lokinu og vertu viss um að gufulosunarhandfangið sé í þéttingarstöðu. Eldið við háþrýsting í 2 mínútur. Þegar því er lokið skaltu sleppa þrýstingnum náttúrulega í 3 mínútur, og gera síðan stýrða losun með því að halda handfanginu hálfa leið á milli þéttingar- og útblástursstaða. Verndaðu hönd þína með heitum púða. Þegar allri gufu hefur verið sleppt, ýttu á Hætta við.

Opnaðu lokið og opnaðu það varlega. Hellið pastanu í sigti og látið renna af. Hellið smá olíu yfir og hrærið til að það festist ekki saman. Setjið til hliðar og hrærið af og til.

Pressið Sauté og hitið 1 matskeið (15 ml) af olíunni í innri pottinum. Þegar það er heitt, bætið svínakjötinu út í. Brúnið í 3 mínútur á hvorri hlið. Færið svínakjötið yfir á disk og tjaldið með filmu til að halda hita. Bætið olíunni sem eftir er í pottinn. Hrærið pancettunni saman við og eldið þar til hún er örlítið stökk, um það bil 4 mínútur, hrærið oft. Flyttu pancettu yfir í skál. Fjarlægðu allt nema 2 matskeiðar (30 ml) af fitunni. Bætið lauknum út í pottinn og eldið í 3 mínútur, hrærið, þar til hann er mjúkur. Hrærið hvítlauknum út í, eldið í 30 sekúndur og hrærið síðan sveppunum saman við. Eldið, hrærið oft, í 2 mínútur.

Hellið Marsala-víninu og kjúklingakraftinum út í. Skafið botninn á pönnunni til að losa um brúna bita. Færið svínakjötið og safa þess aftur í pottinn. Bætið soðinni pancettu út í. Lokaðu og læstu lokinu og vertu viss um að gufulosunarhandfangið sé í þéttingarstöðu.

Eldið við háþrýsting í 5 mínútur. Þegar því er lokið skaltu sleppa þrýstingnum náttúrulega í 7 mínútur, snúa síðan gufulosunarhandfanginu að loftræstingu og losa þá gufu sem eftir er. Opnaðu lokið og opnaðu það varlega. Ýttu á Hætta við.

Taktu svínakjötið úr pottinum, athugaðu hvort það hafi náð að minnsta kosti 140°F í miðjunni með skyndilesandi hitamæli (ef það þarf lengri tíma skaltu setja það aftur í pottinn og láta hvíla í hitanum í nokkrar mínútur lengur), settu á skurðbretti, hyldu og haltu heitu.

Bætið timjaninu í pottinn. Í lítilli skál, þeytið maíssterkju og vatn saman þar til það er alveg uppleyst. Ýttu á Sauté og þeytið maíssterkjulausninni út í eldunarvökvann í pottinum. Eldið, þeytið stöðugt, þar til það þykknar. Smakkið til og stillið kryddið ef þarf.

Hrærið pastað út í sósuna og setjið lundina aftur í pottinn. Setjið lokið aftur á og látið hvíla í 1 til 2 mínútur til að hita pastað aftur. Ýttu á Hætta við.

Skerið svínakjötið í þykkar sneiðar. Skiptið svínakjötinu á milli diska, bætið smá af pastanu út í, toppið með sósu og sveppum, stráið steinseljunni yfir og berið fram heitt.

Afrakstur: 3 til 4 skammtar

AÐALRÉTTUR

59. Klassískur heilbakaður kjúklingur

HRÁEFNI

1 (3 til 5 pund, eða 1362 til 2270 g) heill kjúklingur

1 matskeið (18 g) salt, skipt

1 sítróna, skorin í tvennt

1 laukur, skorinn í fernt

2 tsk (4 g) nýmalaður pipar

2 tsk (4 g) paprika

1 tsk þurrkað timjan

1 bolli (235 ml) vatn

Olía eða brætt ósaltað smjör (valfrjálst, fyrir stökka húð)

LEIÐBEININGAR

Fjarlægðu innmat eða annað innmat úr holi kjúklingsins. Þurrkaðu með pappírshandklæði. Stráið 1 teskeið (6 g) af salti í kjúklinginn. Settu niðurskornu sítrónu- og laukbitana inn í kjúklingaholið. Stráið hinum 2 tsk (12 g) salti, pipar, papriku og timjani jafnt yfir kjúklinginn.

Settu grind í innri pottinn á hraðsuðupottinum þínum og bættu vatninu við. Setjið kryddaða kjúklinginn, með bringuna upp, ofan á trivet.

Lokaðu og læstu lokinu og vertu viss um að gufulosunarhnappurinn sé í þéttingarstöðu. Eldið við háþrýsting í 6 mínútur á hvert pund (454 g).

Afrakstur: 4 skammtar

60. BBQ Baby aftur rif

HRÁEFNI

1 (3 punda, eða 4 kg) rekki af rifbein fyrir barnsbak

2 matskeiðar (30 g) púðursykur

1 matskeið (6 g) reykt paprika

1 matskeið (6 g) chiliduft

1 matskeið (18 g) kosher eða fínt sjávarsalt

2 tsk (1 g) þurrkuð timjanblöð

2 tsk (2 g) laukduft

1 tsk hvítlauksduft

1 tsk nýmalaður svartur pipar

Uppáhalds grillsósan þín

Fyrir eldunarpottinn

1 1/4 bollar (295 ml) vatn

LEIÐBEININGAR

Leggðu rifbeinin með beinum upp á bökunarplötu og fjarlægðu himnuna sem nær yfir yfirborðið. Setjið grindina í botninn á innri pottinum og hellið vatninu út í.

Blandið saman púðursykri, reyktri papriku, chilidufti, salti, timjani, laukdufti, hvítlauksdufti og pipar í lítilli skál. Nuddaðu kryddblöndunni yfir allar hliðar rifsins. Settu rifin í kringum brúnir innri pottsins.

Lokaðu og læstu lokinu og vertu viss um að gufulosunarhandfangið sé í þéttingarstöðu. Eldið við háþrýsting í 17 mínútur. Þegar því er lokið, losaðu þrýstinginn náttúrulega í 10 mínútur, færðu síðan handfangið í loftræstingu og slepptu gufunni sem eftir er. Opnaðu lokið og opnaðu það varlega. Ýttu á Hætta við.

Notaðu töng til að flytja rifin yfir á hreina ofnplötu. Forhitið grillið. Penslið létt aðra hlið rifsins með grillsósu. Renndu rifunum undir grillið í nokkrar mínútur þar til sósan er að freyða. Snúið bitunum við og endurtakið steikinguna, penslið með meiri sósu. Fylgstu vel með svo rifin brenni ekki.

Berið fram á meðan það er heitt og berið viðbótarsósu við borðið.

Afrakstur: 2 til 3 skammtar

61. Gamaldags.pottsteikin hennar mömmu

HRÁEFNI

1 (3 pund, eða 4 kg) beinlaus chuck steikt

3/4 tsk kosher eða fínt sjávarsalt

1/2 tsk nýmalaður svartur pipar

2 matskeiðar (30 ml) ólífuolía

2 bollar (470 ml) nautakraftur

1/2 bolli (120 ml) þurrt rauðvín eða vatn 1 stór laukur, grófsaxaður 1 hvítlauksgeiri, hakkað 2 lárviðarlauf

1 tsk þurrkuð rósmarín lauf

3 stórar kartöflur, skrældar og skornar í stóra bita

4 stórar gulrætur, snyrtar og skornar í stóra bita

1/4 bolli (60 ml) kalt vatn

2 matskeiðar (16 g) maíssterkju eða kartöflusterkju

1/3 bolli (50 g) frosnar baunir (valfrjálst)

2 matskeiðar (6 g) fínt söxuð fersk steinselja

LEIÐBEININGAR

Þurrkaðu kjötið með pappírsþurrku og kryddaðu með salti og pipar. Pressið Sauté og hellið olíunni í innri pottinn. Þegar olían er að glitra, bætið þá kjötinu út í og brúnið á báðum hliðum, um 5 mínútur á hlið. Bætið soðinu og víninu út í, hrærið til að losa um brúna bita á botninum á pönnunni. Hrærið lauknum, hvítlauknum, lárviðarlaufunum og rósmaríninu saman við. Ýttu á Hætta við.

Lokaðu og læstu lokinu og vertu viss um að gufulosunarhandfangið sé í þéttingarstöðu. Eldið við háþrýsting í 70 mínútur.

Þegar því er lokið skaltu leyfa pottinum að losa um þrýstinginn á náttúrulegan hátt í 12 mínútur, snúðu síðan gufulosunarhandfanginu að loftræstingu og losaðu þá gufu sem eftir er. Opnaðu lokið og opnaðu það varlega.

Bætið kartöflunum og gulrótunum fljótt í pottinn, setjið lokið á, setjið gufulosunarhandfangið á þéttingu, stillið aftur á þrýsting og eldið við háan þrýsting í 3 mínútur. Færðu handfangið að loftræstingu og losaðu gufuna. Opnaðu lokið og opnaðu það varlega.

Notaðu skeið og töng til að flytja kjötið og grænmetið á fat. Fargið lárviðarlaufunum og tjaldið með filmu til að halda hita. Ýttu á Hætta við.

Þeytið vatnið og maíssterkju saman í lítilli skál. Á meðan þú þeytir skaltu hella maíssterkjulausninni rólega í eldunarvökvann þar til það er alveg blandað. Þrýstið á Sauté og látið suðuna koma upp í pottinum og þeytið stöðugt. Eldið þar til það þykknar, um 1 mínútu, smakkið síðan til og stillið kryddið ef þarf. Ýttu á Hætta við.

Hrærið baununum saman við, setjið kjötið og grænmetið svo aftur í pottinn og hrærið út í sósuna. Setjið lokið á pottinn og látið standa í 4 mínútur, eða þar til baunir eru þiðnar og kjötið er hitað í gegn. Skellið kjötinu og grænmetinu í skálar með smá af sósunni, stráið saxaðri steinselju yfir og berið fram.

Afrakstur: 4 til 6 skammtar

62. Suðvestur kjötbrauð

HRÁEFNI

1 matskeið (15 ml) ólífu- eða jurtaolía 1/2 stór laukur, mjög smátt saxaður

2 stilkar sellerí, mjög smátt saxað

2 gulrætur, mjög smátt saxaðar

1 rauð paprika, kjarnhreinsuð, fræhreinsuð og mjög smátt saxuð

1 pund (454 g) magurt nautahakk

1 matskeið (15 ml) Worcestershire sósa (Lea & Perrins vörumerkið er glútenlaust)

2 tsk (1 g) hakkað ferskt kóríander

2 teskeiðar (4 g) ancho chile duft eða chiliduft

1 tsk kosher eða fínt sjávarsalt

1 tsk malað kúmen

1/2 tsk nýmalaður svartur pipar 1/4 tsk hvítlauksduft (ekki hvítlaukssalt)

1/4 bolli (60 ml) grillsósa

1 bolli (60 ml) vatn

LEIÐBEININGAR

Ýttu á Sauté á rafmagns hraðsuðupottinum þínum. Þegar innri potturinn er orðinn heitur skaltu bæta við olíunni. Bætið lauknum, selleríinu, gulrótunum og piparnum út í og eldið, hrærið oft, þar til laukurinn hefur mýkst, 3 til 5 mínútur. Ýttu á Hætta við. Takið innri pottinn úr vélinni og setjið til hliðar til að kólna aðeins.

Í skál, blandið kjötinu saman við Worcestershire og kryddi, blandið með höndunum þar til það er jafnt kryddað. Bætið kældu grænmetinu saman við og blandið saman við. Þegar það er jafnt dreift, klappið kjötinu í skál sem er um það bil 6 tommur (15 cm) í þvermál og setjið í 7 tommu (18 cm) hringlaga bökunarform. Penslið grillsósuna ofan á brauðið. Hyljið pönnuna með filmu. Þurrkaðu út innri pottinn.

Setjið grind í botninn á innri pottinum og hellið vatninu út í. Setjið kjötbrauðið á grind með handföngum eða sleif og lækkið á grindina. Lokaðu og læstu lokinu og vertu viss um að gufulosunarhandfangið sé í þéttingarstöðu. Eldið við háþrýsting í 22 mínútur, eða þar til skyndilesandi hitamælir mælist að minnsta kosti 160°F (71°C) þegar hann er settur í miðju kjöthleifsins.

Þegar því er lokið skaltu sleppa þrýstingnum náttúrulega í 8 mínútur, slepptu síðan restinni af þrýstingnum með því að færa handfangið í útblástursstöðu. Opnaðu lokið og opnaðu það varlega.

Lyftu slöngunni úr innri pottinum, fjarlægðu álpappírinn varlega af pönnunni og færðu kjötbrauðið yfir á ofnplötu. Ef þess er óskað er hægt að renna því undir grillið í nokkrar mínútur til að brúna toppinn.

Skerið í sneiðar til að bera fram og setjið viðbótar grillsósu við borðið.

Afrakstur: 4 skammtar

63. Steiktar kalkúnabringur með auðveldri sósu

HRÁEFNI

FYRIR TYRKLAND

3 matskeiðar (45 ml) ólífu- eða jurtaolía, skipt

1 (4 til 5 pund, eða 8 til 3 kg) kalkúnabringa

3 matskeiðar (6 g) saxað ferskt timjan

2 matskeiðar (6 g) saxað ferskt rósmarín

2 teskeiðar (12 g) salt

1 matskeið (6 g) nýmalaður svartur pipar

5 hvítlauksrif, söxuð

2 matskeiðar (28 g) ósaltað smjör

1/2 meðalstór laukur, sneiddur

1 bolli (235 ml) kjúklingakraftur

Fyrir sósuna

3 matskeiðar (42 g) ósaltað smjör

3 matskeiðar (24 g) maíssterkju eða kartöflusterkju

1/2 bolli (120 ml) hálft og hálft Salt og pipar eftir smekk

LEIÐBEININGAR

TYRKLAND

Dreypið 1 matskeið (15 ml) af olíunni yfir alla kalkúnabringuna. Húðaðu með timjan, rósmarín, salti, pipar og söxuðum hvítlauk.

Ýttu á Sauté á rafmagns hraðsuðupottinum þínum. Þegar innri potturinn er orðinn heitur skaltu bæta við 2 matskeiðum (28 g) smjöri og hinum 2 matskeiðum (30 ml) ólífuolíu. Þegar smjörið er bráðið, bætið þá kalkúnabringunni út í og steikið á öllum hliðum, um það bil 8 mínútur. Þegar kalkúninn er orðinn gullinbrúnn, færið hann yfir á disk eða skurðbretti.

Í kalkúnafitunni sem eftir er, bætið lauknum út í og steikið þar til hann er mjúkur, 3 til 4 mínútur. Ýttu á Hætta við.

Bætið soðinu í pottinn. Hrærið til að skafa upp brúna bita. Setjið trivetna í botninn á innri pottinum, ofan á laukana. Settu brúnaða kalkúninn ofan á trivet.

Lokaðu og læstu lokinu og vertu viss um að gufulosunarhnappurinn sé í þéttingarstöðu. Eldið við háþrýsting í 35 mínútur. Þegar kalkúninn er búinn að elda, leyfðu 15 mínútna náttúrulegri losun, færðu síðan handfangið í loftræstingu og losaðu alla gufu sem eftir er.

Þegar flotpinninn fellur skaltu opna lokið og opna það varlega.

Athugaðu kalkúninn þinn með skyndilesandi hitamæli til að tryggja að hann sé að minnsta kosti 165°F (74°C). Ef svo er ekki skaltu setja lokið aftur og elda við háan þrýsting í 4 til 5 mínútur til viðbótar með 10 mínútna náttúrulegri losun. Þegar kalkúninn þinn er kominn í örugga 165°F (74°C), fjarlægðu hann úr hraðsuðupottinum og færðu hann yfir á skurðbretti. Hyljið kalkúnabringuna með álpappír og látið standa í 15 mínútur áður en hún er skorin í sneiðar.

SÓSA

Eftir að kalkúnabringan hefur verið fjarlægð úr hraðsuðupottinum, ýttu á Sauté. Bætið 3 msk (42 g) smjöri við vökvann neðst á pönnunni. Eldið þar til smjörið er bráðið.

Í lítilli skál, þeytið saman maíssterkju og 3 matskeiðar (45 ml) af eldunarvökvanum úr pottinum til að mynda slurry. Bætið slökunni aftur í pottinn og haltu áfram að þeyta þar til sósan þykknar, um það bil 2 mínútur. Bætið hálfu og hálfu út í og hrærið þar til það er aðeins hitað í gegn. Saltið og piprið eftir smekk.

Hellið sósunni yfir kalkúnabringuna og berið fram.

Afrakstur: 8 skammtar

64. Rækjur og grjón

HRÁEFNI
FYRIR RÆKJU

1 pund (454 g) rækja, afhýdd og afveguð
1 matskeið (3 g) Old Bay krydd (Old Bay er glútenlaust)
3 sneiðar reykt beikon, skorið í teninga (Applegate Farms er með beikon)
1 meðalstór gulur laukur, saxaður
1 rauð eða græn paprika, kjarnhreinsuð, fræhreinsuð og saxuð
3 hvítlauksgeirar, saxaðir
1/2 bolli (120 ml) kjúklingakraftur
1 (15 únsur, eða 406 g) dós tómatar í teningum
2 matskeiðar (30 ml) nýkreistur sítrónusafi
1/2 tsk Tabasco eða heit sósa, eftir smekk 1/2 tsk salt
1/2 tsk ferskur sprunginn svartur pipar 1/4 bolli (60 ml) þungur rjómi
1/4 bolli (25 g) þunnar sneiðar, aðeins grænir hlutar
Fyrir grjónin

3/4 bolli (105 g) grjón (eins og Bob's Red Mill gróft maískorn)
1 1/2 bollar (355 ml) nýmjólk 1 1/2 bollar (355 ml) vatn 1/2 tsk salt
1/2 tsk ferskur malaður svartur pipar
2 matskeiðar (28 g) ósaltað smjör

LEIÐBEININGAR

RÆKJA

Þurrkaðu rækjurnar, stráðu Old Bay kryddinu yfir og settu til hliðar.

Ýttu á Sauté á rafmagns hraðsuðupottinum þínum. Þegar innri potturinn er orðinn heitur, bætið þá beikoninu í bita saman við og eldið þar til það er stökkt, 3 til 5 mínútur. Færið beikonið yfir á pappírsklædda disk, en látið beikondropa vera í pottinum. Bætið lauknum og paprikunni í pottinn og eldið þar til laukurinn er mjúkur og hálfgagnsær, 2 til 3 mínútur. Bætið hvítlauknum út í og eldið í 30 sekúndur til viðbótar, þar til ilmandi.

Bætið kjúklingakraftinum í pottinn og hrærið vel til að losa brúna bita af botninum. Bætið tómötunum og safa þeirra út í, sítrónusafa, heitri sósu, salti og pipar. Hrærið til að blanda saman. Ýttu á Hætta við.

Setjið grind í pottinn. Gakktu úr skugga um að botninn á trivetnum sitji fyrir ofan sósuna.

GRIT

Í meðalstórri skál úr gleri eða ryðfríu stáli sem passar inni í hraðsuðupottinum þínum skaltu hræra saman grjónunum, mjólkinni, vatni, salti og pipar. Hyljið skálina með álpappír og krumpið brúnirnar til að loka. Notaðu álpappír og settu skálina varlega á grindina í innri pottinum.

Lokaðu og læstu lokinu og vertu viss um að gufulosunarhandfangið sé í þéttingarstöðu. Eldið við háþrýsting í 10 mínútur. Leyfðu náttúrulega þrýstingslosun í 15 mínútur, snúðu síðan hnúðnum í loftræstingarstöðu og losaðu þá gufu sem eftir er. Þegar flotpinninn fellur skaltu opna lokið og opna það varlega. Fjarlægðu skálina með grjónunum og settu til hliðar.

Takið grindina úr pottinum með því að nota töng. Bætið krydduðu rækjunni í pottinn. Lokaðu og læstu lokinu aftur til að leyfa rækjunum að klára eldun í afgangshitanum, 6 til 8 mínútur.

Á meðan rækjurnar eru að eldast, bætið smjörinu við grjónin og þeytið þar til smjörið er alveg bráðið og blandan er rjómalöguð.

Opnaðu hraðsuðupottinn og hrærðu varlega í rækjunum. Ýttu á Hætta við. Ýttu á Sauté, hrærðu svo rjómanum út í rækjublönduna. Hitið þar til það er orðið heitt, hrærið stöðugt í. Ekki sjóða sósuna.

Hellið grjónunum í einstaka framreiðslurétti, setjið síðan rækjuna og sósuna ofan á. Skreytið með lauknum og fráteknu beikoni.

Afrakstur: 4 skammtar

65. Dásamleg kjötbolla stroganoff

HRÁEFNI

1 pund (454 g) malaður kalkúnn

1 egg

2 matskeiðar (30 ml) mjólk

1 tsk laukduft

1/4 bolli (12 g) saxuð fersk steinselja, auk meira til að skreyta

1 matskeið (2 g) fersk timjanblöð

1 tsk salt

1 tsk nýmalaður svartur pipar

2 matskeiðar (30 ml) ólífuolía

1 meðalstór laukur, þunnt sneið

3 hvítlauksgeirar, saxaðir

21/2 bollar (588 ml) nautakraftur , skipt

1/2 bolli (120 g) sýrður rjómi

2 matskeiðar (16 g) kartöflusterkja

1 tsk reykt paprika

1 matskeið (15 g) tómatmauk

1 matskeið (6 g) nautakjötsbollukorn

1/2 tsk Worcestershire sósa

1/2 pund (227 g) hnappasveppir í sneiðum

2 matskeiðar (16 g) maíssterkju

2 matskeiðar (30 ml) kalt vatn

LEIÐBEININGAR

Í stórri skál skaltu sameina malaðan kalkún, egg, mjólk, laukduft, steinselju, timjan, salt og pipar þar til það er bara blandað saman. Mótaðu í 20 (1 tommu eða 5 cm) kjötbollur.

Ýttu á Sauté á rafmagns hraðsuðupottinum þínum. Þegar innri potturinn er orðinn heitur, bætið við olíunni og brúnið kjötbollurnar, 2 til 3 mínútur á hlið. Þegar kjötbollurnar eru orðnar brúnar, setjið þær yfir á borð og setjið til hliðar.

Bætið sneiðum lauknum í pottinn og eldið þar til hann er aðeins mjúkur, 3 til 4 mínútur. Bætið hvítlauknum út í og eldið í 30 sekúndur til viðbótar, þar til ilmandi. Bætið 1 bolla (235 ml) af nautakraftinum á pönnuna og skafið upp brúna bita á botni pottsins.

Blandið saman 11/2 bollum (353 ml) sem eftir eru af nautakrafti, sýrðum rjóma, kartöflusterkju, papriku, tómatmauki, bouillon og Worcestershire sósu í lítilli skál. Hrærið þar til það hefur blandast vel saman. Bætið við laukblönduna sem þegar er á pönnunni. Setjið kjötbollurnar aftur í pottinn og setjið þær alveg á kaf í sósuna.

Lokaðu og læstu lokinu og vertu viss um að gufulosunarhandfangið sé í þéttingarstöðu. Eldið við háþrýsting í 10 mínútur.

Þegar eldunartímanum er lokið skaltu slökkva á hraðsuðupottinum og leyfa 20 mínútur að sleppa náttúrulega, eða þar til flotpinninn fellur. Þegar flotpinninn hefur dottið skaltu opna lokið og opna það varlega.

Bætið sneiðum sveppunum í pottinn. Hrærið vel, lokaðu síðan lokinu og látið standa í 3 mínútur til að mýkja sveppina.

Blandið maíssterkju og köldu vatni saman í lítilli skál til að búa til slurry. Ýttu aftur á Sauté eða Browning á hraðsuðupottinum þínum og leyfðu sósunni að hitna. Þegar sósan er að freyða, bætið þá maíssterkjublöndunni út í pottinn og þeytið stöðugt í 2 mínútur, eða þar til sósan þykknar.

Stráið viðbótar steinselju yfir ef vill.

Afrakstur: 5 skammtar (4 kjötbollur hver)

66. Grænmetis lasagna

HRÁEFNI

1 matskeið (15 ml) ólífuolía

1 meðalstór laukur, skorinn í bita

4 hvítlauksgeirar, saxaðir

1 tsk rauð paprika flögur

2 bollar (140 g) hnappasveppir í sneiðum

1 bolli (120 g) fínt skorin gulrót

1 bolli (150 g) smátt skorin rauð paprika 1 1/2 bollar (355 ml) vatn

1 bolli (240 g) fituskert ricotta ostur eða kotasæla

11/2 bollar (180 g) mozzarellaostur að hluta, skipt

1 bolli (100 g) rifinn parmesanostur, skipt

1 egg

1 matskeið (6 g) þurrkað oregano

1 tsk þurrkuð steinselja

6 til 9 ósuðu, ofntilbúnar, lasagna núðlur

3 bollar (750 g) uppáhalds marinara sósan þín

1/4 bolli (10 g) söxuð fersk basilíkublöð

2 meðalstór kúrbít, þunnar sneiðar eftir endilöngu

LEIÐBEININGAR

Ýttu á Sauté á rafmagns hraðsuðupottinum þínum. Þegar innri potturinn er orðinn heitur er olíunni og lauknum bætt út í. Eldið í 2 til 3 mínútur, eða þar til laukurinn byrjar að mýkjast. Bætið hvítlauknum og paprikuflögunum út í og eldið í 30 sekúndur til viðbótar þar til hvítlaukurinn er ilmandi.

Bætið sveppunum, gulrótinni og paprikunni í pottinn. Eldið í aðrar 2 mínútur. Fjarlægðu steikta grænmetið í miðlungs skál. Tæmið umfram vökva. Setja til hliðar.

Skolaðu pottinn þinn og þurrkaðu vel að innan sem utan. Settu innri pottinn aftur í líkama hraðsuðupottarins. Setjið grind í botninn á pottinum og bætið vatninu við. Sprautaðu 7 x3 tommu (18 x 6 cm) þrýstipönnu eða kringlótt kökuform með eldunarúða.

Blandið saman ricotta ostinum, 1 bolla (120 g) af mozzarella ostinum, 1/2 bolli (50 g) af parmesanosti, eggi, oregano og steinselju í litla skál. Setja til hliðar.

Brjótið 3 pastabita og raðið þeim jafnt í botninn á pönnunni. Smá skörun er í lagi. Dreifið 1 bolla (250 g) af marinara sósunni yfir núðlurnar. Leggið helminginn af söxuðu basilíkunni yfir sósuna. Bætið helmingnum af kúrbítssneiðunum út í og dreifið helmingnum af tæmdu grænmetisblöndunni yfir sneiðarnar. Dreifið helmingnum af ostablöndunni yfir grænmetið, dreifið eins jafnt og hægt er.

Endurtaktu með öðru lagi af pasta, sósu, basil, kúrbít, grænmeti og osti. Toppið með hinum 3 pastablöðunum sem eftir eru og 1 bolli (250 g) tómatsósu sem eftir er. Stráið eftir 1/2 bolla (60 g) mozzarella og eftir 1/2 bolla (50 g) af parmesanosti ofan á.

Hyljið pönnuna með álpappír, krumpið brúnirnar til að loka. Notaðu álpappír til að lækka lasagna-pönnuna niður á borðið.

Lokaðu og læstu lokinu og vertu viss um að gufulosunarhnappurinn sé í þéttingarstöðu. Eldið við háan þrýsting í 20 mínútur. Þegar eldunartímanum er lokið, leyfðu 10 mínútna náttúrulegri losun, snúðu síðan hnappinum í útblástursstöðu og losaðu alla gufu sem eftir er. Þegar flotpinninn fellur skaltu opna lokið og opna það varlega.

Látið lasagnið standa í nokkrar mínútur til að stífna og takið það síðan varlega af pönnunni.

Afrakstur: 4 skammtar

67. Lentil sloppy joes

HRÁEFNI

1 matskeið (15 ml) jurtaolía

1 stór gulur laukur, skorinn í teninga

5 hvítlauksrif, söxuð

2 gulrætur, skrældar og skornar í teninga

1 græn paprika, kjarnhreinsuð, fræhreinsuð og skorin í teninga

2 bollar (380 g) brúnar eða grænar linsubaunir, skolaðar

1 bolli (235 ml) vatn eða grænmetiskraftur

1 (15 aura, eða 406 g) dós eldsteiktir hægeldaðir tómatar

1 (15 aura, eða 420 g) dós tómatsósa

3 matskeiðar (45 g) tómatmauk

2 til 3 matskeiðar (30 til 45 g) púðursykur

2 matskeiðar (30 ml) Worcestershire sósa

2 teskeiðar (4 g) malað kúmen

1 matskeið (6 g) chiliduft

2 tsk (4 g) reykt paprika

4 hamborgarabollur eins og Udi til framreiðslu

LEIÐBEININGAR

Ýttu á Sauté á rafmagns hraðsuðupottinum þínum. Þegar innri potturinn er orðinn heitur skaltu bæta við olíunni. Bætið lauknum út í og steikið þar til hann er rétt að byrja að mýkjast, 3 mínútur. Bætið hvítlauknum út í og eldið í 30 sekúndur til viðbótar, þar til ilmandi.

Bætið öllu því sem eftir er (nema bollurnar) í pottinn og hrærið vel.

Lokaðu og læstu lokinu og vertu viss um að gufulosunarhnappurinn sé í þéttingarstöðu. Eldið við háþrýsting í 15 mínútur. Þegar eldunartímanum er lokið skaltu leyfa fullri náttúrulegri þrýstingslosun (um það bil 20 mínútur). Þegar flotpinninn hefur dottið skaltu opna lokið og opna það varlega.

Smakkið til og stillið kryddið eftir þörfum. Bættu við meira chilidufti eða kúmeni fyrir krydd og reyk, púðursykri fyrir sætari sloppy Joe, eða aðeins meira Worcestershire fyrir dýpri bragð.

Afrakstur: 4 skammtar

68. Ótískar gratínaðar kartöflur

Hráefni

2 matskeiðar (28 g) ósaltað smjör

1 meðalstór laukur, saxaður

2 hvítlauksgeirar, saxaðir

1 bolli (235 ml) grænmetiskraftur

1/2 tsk salt

1/4 tsk nýmalaður svartur pipar

6 miðlungs rússet kartöflur, skrældar og sneiðar 1/8 tommu (3 mm) þykkar

1 bolli (55 g) panko brauðrasp

3 matskeiðar (45 ml) brætt ósaltað smjör

1/2 bolli (120 g) sýrður rjómi

1/2 bolli (60 g) rifinn mildur cheddar ostur 1/2 bolli (60 g) rifinn Gruyère ostur

LEIÐBEININGAR

Ýttu á Sauté eða Browning á rafmagns hraðsuðupottinum þínum. Þegar innri potturinn er orðinn heitur, bætið þá 2 msk (28 g) smjöri út í. Þegar smjörið er bráðið, bætið við lauknum og eldið, hrærið af og til, þar til það er mjúkt, um það bil 5 mínútur.

Bætið hvítlauknum út í og eldið í 30 sekúndur til viðbótar, þar til ilmandi. Bætið soðinu, salti og pipar út í og skafið brúnaða bita upp úr botninum á pottinum.

Bætið gufukörfu í botninn á pottinum yfir lauk- og hvítlauksblönduna. Setti kartöflusneiðarnar í körfuna. Lokaðu og læstu lokinu og vertu viss um að gufulosunarventillinn sé í þéttingarstöðu. Eldið við háþrýsting í 7 mínútur.

Á meðan kartöflurnar eru að eldast skaltu forhita grillið þitt og smyrja 9 x 13 tommu (23 x 33 cm) eldfast mót. Í lítilli skál, blandaðu panko brauðmylsnunni saman við 3 matskeiðar (45 ml) bræddu smjöri. Hrærið til að húða alla brauðmylsnu. Setja til hliðar.

Þegar kartöflurnar eru búnar að elda skaltu nota hraðsleppingarleiðbeiningarnar með því að opna losunarhandfangið og lofta út alla gufuna. Þegar flotpinninn fellur skaltu opna lokið og opna það varlega.

Fjarlægðu kartöflurnar og gufukörfuna úr hraðsuðupottinum. Settu kartöflurnar í tilbúið eldfast mót. Á meðan potturinn er enn heitur, bætið þá sýrða rjómanum og báðum ostunum saman við eldunarvökvann í hraðsuðupottinum. Hrærið þar til osturinn er alveg bráðinn og blandan slétt.

Hellið ostasósunni varlega yfir soðnar kartöflur í fatinu og hrærið varlega til að blandast saman. Toppið kartöflurnar með brauðraspinni. Settu undir grillið í 5 til 6 mínútur, eða þar til áleggið er fallega gullbrúnt.

69."Hits the spot " rósakál

Hráefni

2 matskeiðar (30 ml) ólífu- eða jurtaolía
6 ræmur af beikoni, saxað
1/3 bolli (79 ml) eplasafi edik
1/4 bolli (60 ml) hlynsíróp
1 tsk malað engifer
1 tsk salt
1 tsk grófmalaður pipar
2 pund (907 g) ferskt rósakál, snyrt og skorið í tvennt
2 stór Fuji epli, afhýdd, kjarnhreinsuð og skorin í teninga 1/4 bolli (30 g) þurrkuð trönuber
1/2 bolli (58 g) saxaðar heslihnetur, ristaðar 1/4 bolli (38 g) mulinn geitaostur

LEIÐBEININGAR

Ýttu á Sauté á rafmagns hraðsuðupottinum þínum. Þegar innri potturinn er orðinn heitur skaltu bæta við olíunni. Bætið söxuðu beikoninu út í og eldið þar til það er stökkt og mylsnandi. Færðu beikonið yfir á pappírsklædda disk, en láttu dreypið vera á pönnunni. Leggið beikonið til hliðar. Ýttu á Hætta við.

Bætið eplasafi ediki, hlynsírópi, engifer, salti og pipar í pottinn og þeytið saman við beikondropa. Bætið rósakálinu, eplum og þurrkuðum trönuberjum saman við og hrærið vel saman.

Lokaðu og læstu lokinu og vertu viss um að gufulosunarhnappurinn sé lokaður í lokunarstöðu. Eldið við háþrýsting í 1 mínútu. Þegar því er lokið skaltu nota hraðsleppingu með því að opna losunarhnappinn og lofta út gufuna. Þegar flotpinninn fellur skaltu opna lokið og opna það varlega.

Berið fram rósakálið sem stráð er af beikoni, heslihnetum og muldum geitaosti.

Afrakstur: 6 skammtar

70. Brauð með bragðmiklu maís

HRÁEFNI

1 bolli (120 g) brúnt hrísgrjónamjöl
1/2 bolli (60 g) sorghum hveiti
3/4 bolli (105 g) auk 2 matskeiðar (18 g) miðlungs malað maísmjöl, skipt
2 tsk (5 g) lyftiduft
1/2 tsk salt
1/2 tsk laukduft
1/2 tsk hvítlauksduft
1 tsk psyllium hýði duft eða 1/2 tsk xantangúmmí
1 tsk smátt saxað ferskt timjan
1/4 bolli (56 g) ósaltað smjör eða mjólkurlaust smjör eins og Earth Balance
1 bolli (235 ml) mjólk eða mjólkurlaus mjólk
1 egg, létt þeytt

1 bolli (235 ml) vatn

LEIÐBEININGAR

Úðið 7 x 3 tommu (18 x 6 cm) kökuformi með eldunarúða sem ekki er stafur og stráið síðan 2 matskeiðar (18 g) af maísmjölinu yfir. Setja til hliðar.

Í stórri blöndunarskál skaltu sameina tvö hveiti, eftir 3/4 bolla (105 g) maísmjöl, lyftiduft, salt, lauk og hvítlauksduft , psyllium hýði duft og timjan. Þeytið saman þar til það er vandlega blandað.

Bræðið smjörið í örbylgjuofnþolinni skál og þeytið út í hveitiblönduna; bæta við mjólkinni og þeyttu egginu. Þeytið til að sameina allt hráefnið og hrærið þar til það er slétt.

Hellið í undirbúið bökunarform og bankið létt á borðið til að losa um loftbólur. Úðið ferningi af álpappír með nonstick eldunarúða og setjið (úðahlið niður) yfir maísbrauðblönduna.

Bætið vatninu í innri pottinn á hraðsuðupottinum þínum. Setjið grind í pottinn. Notaðu álpappír og láttu hjúpaða kökuformið varlega niður í pottinn ofan á grindinni.

Lokaðu og læstu lokinu og vertu viss um að gufulosunarhnappurinn sé í þéttingarstöðu. Eldið við háþrýsting í 35 mínútur. Þegar eldunartímanum er lokið skaltu sleppa þrýstingi hratt með því að færa þéttihnappinn varlega í loftræstingu og leyfa allri gufu að komast út. Þegar flotpinninn fellur skaltu opna lokið og opna það varlega.

Takið maísbrauðið úr pottinum og setjið á kæligrindi. Fjarlægðu álpappírinn af toppnum og láttu maísbrauðið kólna niður í stofuhita.

Afrakstur: 4 skammtar

71. Maísbrauðsfylling

HRÁEFNI

2 skammtar bragðmikið maísbrauð

1 bolli (225 g) ósaltað smjör eða Earth Balance smjöruppbót, skipt

2 pakkar (12 g hvor) bragðmikið kalkúnabragð af bragðmiklu fljótandi seyði (valfrjálst, slepptu ef fyllingin er ekki búin til)

1 stór laukur, saxaður

4 stilkar sellerí, saxaðir

1 stór skalottlaukur, skorinn í sneiðar

10 stór fersk salvíublöð, smátt skorin

Lauf af 2 greinum fersku timjan

2 sæt epli, eins og Gala eða Fuji, þvegin, kjarnhreinsuð og saxuð

1 1/2 bollar (220 g) þurrkuð sykruð trönuber

1 bolli (150 g) pecan helmingar, gróft saxaðir

Kosher salt og nýmalaður svartur pipar, eftir smekk

1 egg, þeytt

11/2 til 2 bollar (355 til 470 ml) kalkúna- eða kjúklingakraftur

LEIÐBEININGAR

Forhitið ofninn í 400°F (200°C, eða gasmerki 6).

Skerið maísbrauðið í 1/2 tommu (3 cm) ræmur og skerið síðan lengjurnar þversum í litla teninga. Dreifið teningunum á bökunarplötu.

Bræðið 1/4 bolla (56 g) af smjörinu og blandið því saman við kalkúnabragðefnið. Dreypið ofan á maísbrauðsteningana. Hrærið varlega og setjið í ofninn. Bakið teningana í 30 mínútur, hrærið á 8 til 10 mínútna fresti, þar til þeir eru ristaðir og alveg þurrkaðir.

Takið úr ofninum og látið kólna að stofuhita.

Lækkið ofninn í 350°F (180°C, eða gasmerki 4). Smyrjið létt smjör á 9 x 13 tommu (23 x 33 cm) bökunarpönnu; setja til hliðar.

Bræðið 1/4 bolla (56 g) af smjörinu á meðalhita í stórri pönnu. Steikið laukinn og selleríið í um það bil 4 mínútur og bætið síðan skalottlauk og salvíu út í. Haltu áfram að elda þar til grænmetið er mjúkt og byrjað að brúnast, 3 til 4 mínútur til viðbótar. Takið af hitanum og setjið yfir í stóra blöndunarskál til að kólna.

Bætið kældu maísbrauðsteningunum í blöndunarskálina með grænmetinu. Notaðu bara teningana og skildu eftir molana.

Bætið timjan, eplum, trönuberjum og pekanhnetum við maísbrauðblönduna. Hrærið þar til það er jafnt dreift. Bræðið 1/2 bolla (112 g) smjörið sem eftir er í örbylgjuofnþolinni skál, bætið því síðan við skálina og hrærið aftur. Smakkið til og stillið kryddið með salti og pipar. Hrærið þeyttu egginu og kalkúnakraftinum út í og færið yfir á tilbúna bökunarformið.

Sett í ofninn og bakað í um 45 mínútur, eða þar til brauðið er gullbrúnt og skorpað að ofan.

Afrakstur: 6 til 8 skammtar

72. Kartöflumús

HRÁEFNI

2 pund (808 g) miðlungs rauðar kartöflur, skrældar og skornar í fjórða
1 bolli (235 ml) vatn
1/2 til 3/4 bolli (120 til 180 ml) mjólk
1/4 bolli (56 g) ósaltað smjör
1/4 tsk salt
1/4 teskeið svartur pipar

LEIÐBEININGAR

Bætið kartöflunum og vatni í innri pottinn á rafmagns hraðsuðupottinum þínum.

Lokaðu og læstu lokinu og vertu viss um að gufulosunarhnappurinn sé í þéttingarstöðu. Eldið við háþrýsting í 10 mínútur. Þegar eldunartímanum er lokið skaltu sleppa þrýstingi hratt með því að færa þéttihnappinn á öruggan hátt í útblástursstöðu og leyfa gufunni að komast út. Þegar flotpinninn fellur skaltu opna lokið og opna það varlega.

Bætið mjólk, smjöri, salti og pipar við kartöflurnar. Engin þörf á að taka kartöflurnar út til að tæma þær; þú getur maukað þá í pottinum. Notaðu blöndunartæki eða kartöflustöppu og stappaðu þar til æskilegri þéttleika er náð. Smakkið til og stillið kryddið eftir þörfum.

Berið fram með uppáhalds sósunni þinni eða auka smjörköku!

73. Rauður, hvítur og grænn rósakál

ÞJÓNAR 4

Hráefni

1 pund (500 g) rósakál

¼ bolli (50 ml) furuhnetur, ristaðar

1 granatepli

Ólífuolía

Salt og pipar (eftir smekk)

Fjarlægðu ytri blöðin og snyrtu stilkana af þvegnu rósakálinu. Skerið þá stærstu í tvennt til að fá þá í jafna stærð fyrir jafna eldun.

Útbúið skyndipottinn með því að hella einum bolla af vatni út í og bæta við gufukörfunni. Setjið spírurnar í körfuna.

Lokaðu lokinu og stilltu lokann í háþrýstingseldunarstöðu. Eldið í 3 mínútur á Manual við háþrýsting.

Þegar tíminn er liðinn, opnaðu Instant Pot með því að losa þrýsting í gegnum lokann.

Færðu spírurnar í framreiðslufat og klæddu í ólífuolíu, salt og pipar áður en ristuðum furuhnetum og granateplafræjum er stráð yfir.

Berið fram heitt eða stofuhita.

74. Lemony enskar baunir & aspas

ÞJÓNAR 4

Hráefni

1-2 hvítlauksgeirar, saxaðir

2 bollar (500 ml) ferskar eða frosnar enskar baunir (óþíðaðar)

2 bollar (500 ml) aspas, skorinn í

1-2" (2 ½-5 cm) stykki

½ bolli (125 ml) grænmetissoð 1 sítróna, rifið og safi

2-3 msk (30-45 ml) furuhnetur eða möndlur, ristaðar

Bætið hvítlauk, ertum, aspas og seyði í Instant Pot.

Læstu á lokinu. Eldið handvirkt við lágan þrýsting í 2 mínútur. Þegar tíminn er liðinn, losaðu þrýstinginn fljótt.

Bætið sítrónuberki og safa út í, hrærið.

Færið yfir í skál eða disk. Skreytið með hnetum.

75. Marokkósk lamba tajine

ÞJÓNAR 4-6

Hráefni

2 ½ pund (2 kg) lambaöxl, skorin í bita

1 tsk (5 ml) kanillduft

1 tsk (5 ml) engiferduft

1 tsk (5 ml) túrmerikduft

1 tsk (5 ml) kúmenduft

2 hvítlauksrif, mulin

2 meðalstórir laukar, skornir í gróft sneiðar

10 oz eða (300 g) sveskjur, lagðar í bleyti (eða blanda af þurrum apríkósum og rúsínum)

1 lárviðarlauf

1 bolli (250 ml) grænmetiskraftur

1 kanilstöng

3 msk (45 ml) hunang

1 ½ tsk (8 ml) salt

1 tsk (5 ml) pipar

3 ½ oz (100 g) möndlur, afhýddar, skrældar og ristaðar

1 msk (15 ml) sesamfræ

3 msk (45 ml) ólífuolía, skipt

Blandið möluðum kanil, túrmerik, kúmeni, engifer og hvítlauk saman við 2 msk (30 ml) af ólífuolíu til að búa til deig, hyljið kjötið með þessu deigi og setjið til hliðar.

Setjið þurrkaðar sveskjur í skál, setjið sjóðandi vatn yfir og setjið til hliðar.

Í forhitaðri hraðsuðupottinum, með lokið af á miðlungs hita, bætið snæri af ólífuolíu (um matskeið) og lauk og látið þá elda þar til þeir eru mjúkir (um það bil 3 mínútur). Hellið lauknum út í og setjið til hliðar. Bætið kjötinu út í og brúnið á öllum hliðum (um það bil 10 mínútur). Afgljáðu síðan hraðsuðupottinum með grænmetiskraftinum, tryggðu að botninn skafa vel og blandaðu brúnum bitum í restina af sósunni. Bætið síðan lauknum, lárviðarlaufinu og kanilstönginni út í.

Lokaðu og læstu lokinu á hraðsuðupottinum.

Eldið í 30 mínútur við háan þrýsting.

hraðsuðupottinn með Natural losunarleiðbeiningunum - færðu eldavélina af brennaranum og bíddu eftir að þrýstingurinn lækki af sjálfu sér (um það bil 10 mínútur). Slökktu á „halda heitu" stillingunni eða taktu eldavélina úr sambandi og opnaðu þegar þrýstingsvísirinn hefur farið niður (20 til 30 mínútur).

Í hraðsuðupottinum, með lokið af á miðlungs hita, bætið salti, skoluðu og tæmdu sveskjunum, hunangi og minnkað vökvann (um það bil 5 mínútur). Fiskið upp lárviðarlaufið og kanilstöngina.

Stráið ristuðum möndlum og sesamfræjum yfir og berið fram.

76. Kókosfisk karrý

ÞJÓNAR 4

Hráefni

500-750 g (1-1 ½ pund) fisksteikur eða flök, skolaðar og skornar í hæfilega bita (ferskar, frosnar eða þíðaðar)

1 saxaður tómatur eða hrúgafullur bolli af kirsuberjatómötum

2 grænir chili , skornir í strimla

2 meðalstórir laukar, skornir í strimla

2 hvítlauksgeirar, smátt saxaðir

1 msk (15 ml) nýrifinn engifer, eða ½ tsk (3 ml) engiferduft

6 karrýlauf, lárviðarlauf, kaffir lime lauf eða basil

1 msk (15 ml) malað kóríander

1 tsk (5 ml) malað kúmen

½ tsk (3 ml) malað túrmerik

1 tsk (5 ml) chiliduft eða 1 tsk (5 ml) af heitum piparflögum

½ tsk (3 ml) malað fenugreek

2 bollar (500 ml) ósykrað kókosmjólk

Salt eftir smekk

Sítrónusafi (eftir smekk)

Í forhitaðri hraðsuðupottinum á miðlungs-lágum hita án loksins, bætið svolitlu af olíu og hellið svo karrýblöðunum út í og steikið þau létt þar til þau eru gullin í kringum brúnirnar (um það bil 1 mínúta).

Bætið síðan lauknum, hvítlauknum og engiferinu út í og steikið þar til laukurinn er mjúkur.

Bætið öllu malaða kryddinu saman við: Kóríander, Kúmen, Túmerik , Chili Duft og Fenugreek og steikið þau ásamt lauknum þar til þeir hafa losað ilminn (um það bil 2 mínútur).

Afgljáðu með kókosmjólkinni og passaðu að losa allt frá botni eldavélarinnar og setja það inn í sósuna.

Bætið við grænum chiles, tómötunum og fiskbitunum. Hrærið til að hjúpa fiskinn vel með blöndunni.

Lokaðu lokinu og stilltu lokann í háþrýstingseldunarstöðu.

Eldið í 5 mínútur við LÁGAN þrýsting.

Þegar tíminn er liðinn, losaðu þrýstinginn með því að nota venjulega leiðbeiningarnar - losaðu gufu í gegnum lokann.

Saltið eftir smekk og stráið sítrónusafa yfir rétt áður en það er borið fram.

Berið fram eitt sér eða með gufusoðnum hrísgrjónum.

77. Ligurian sítrónu kjúklingur

ÞJÓNAR 6

Hráefni

1 kjúklingur, skorinn í 8 hluta eða pakki af beinum kjúklingabitum

½ bolli (125 ml) þurrt hvítvín 1 bolli (250 ml) soð

4 oz (115 g) svartar ólífur, saltlagaðar, Taggiesche , franskar eða Kalamata

FYRIR MARINADE:

4 sítrónur, 3 djúsaðar og 1 til skrauts

2 hvítlauksrif

3 greinar af fersku rósmarín, 2 til að saxa, 1 til að skreyta

2 greinar af ferskri salvíu

½ búnt af steinseljulaufum og stilkum

4 msk (60 ml) extra virgin ólífuolía Salt og pipar (eftir smekk)

Undirbúið marineringuna með því að saxa saman hvítlauk, rósmarín, salvíu og steinselju. Setjið þær í ílát og bætið sítrónusafanum, ólífuolíu, salti og pipar út í. Blandið vel saman og setjið til hliðar.

Setjið kjúklinginn í djúpt fat og hyljið vel með marineringunni. Setjið plastfilmu yfir og látið marinerast í kæliskáp í 2-4 klst.

Ýttu á Sauté-aðgerðina til að hita Instant Pot. Þegar „heitt" birtist á skjánum, bætið þá við ólífuolíu og brúnið kjúklingabitana á öllum hliðum (um það bil 5 mínútur). Þegar búið er að setja til hliðar.

Skerið innri pottinn með víninu þar til það hefur nánast allt gufað upp (í um það bil 3 mínútur).

Bætið kjúklingnum aftur út í. Setjið allt dökkt kjöt (vængi, leggi, læri) fyrst í botninn á pottinum og leggið síðan kjúklingabringurnar varlega ofan á svo þær snerti ekki botninn á pottinum.

Hellið afganginum af marineringunni út í og soðið ofan á allt.

Lokaðu og læstu lokinu á Instant Pot. Ýttu á Manual og stilltu tímann í 12 mínútur með þrýstieldun. Þegar tíminn er liðinn skaltu opna Instant Pot með því að nota hraðþrýstingslosun.

Takið kjúklingabitana úr pottinum og setjið þakið á framreiðslufat.

Dragðu úr vökvanum í pottinum með því að nota Sauté aðgerðina. Minnkaðu þar til vökvinn er um 1/4 af upprunalegu magni og nógu þykkur til að hella yfir kjúklinginn.

Berið fram með fersku rósmaríni, ólífum og ferskum sítrónusneiðum.

78. Nautakjötssteikt með kartöflum og gulrótum

ÞJÓNAR 6-8

Hráefni

2-4 lb (1-2 kg) nautasteik, ekki lengri en breidd hraðsuðupottsins

1 ½ bolli (375 ml) kjúklingakraftur

1 msk (15 ml) ólífuolía

2 lb (1 kg) kartöflur, skornar í teninga

1 pund (500 g) gulrætur, skrældar

1 búnt af steinselju, saxað

1 bolli (250 ml) rauðvín

4 msk (60 ml) ósaltað smjör

2 msk (30 ml) ferskt timjan

4 msk (60 ml) pistasíuhnetur, saxaðar

VALVÆR SKORPA:

4 aura pistasíuhnetur muldar, afhýddar og saltaðar

1 matskeið svartur pipar

2 matskeiðar ferskt timjan

Ýttu á [Sauté] til að forhita eldavélina. Þegar orðið „Heitt" birtist á skjánum, bætið þá við ólífuolíu og steikið steikina vel á öllum hliðum.

Skerið innri pottinn með kjúklingakrafti.

Lokaðu og læstu lokinu á Instant Pot. Ýttu á [Pressure Cook] og notaðu síðan [+] hnappinn til að stilla 45-50 mínútur af háþrýstingseldunartíma (fer eftir þykkt).

Þegar tíminn er liðinn skaltu opna skyndipottinn með því að nota hraðþrýstingslosun.

Bætið kartöflunum út í og setjið heilu gulræturnar ofan á – vinnið hratt.

Lokaðu og læstu lokinu á Instant Pot. Ýttu á [Pressure Cook] og notaðu síðan [+] eða [-] hnappinn til að stilla 10 mínútur af háþrýstingseldunartíma.

Þegar tíminn er liðinn skaltu opna skyndipottinn með því að nota hraðþrýstingslosun.

Fjarlægðu gulræturnar á disk og skerðu þær í sneiðar. Fjarlægðu kartöflurnar með sleif og settu á borðið. Takið steikina út og leggið á disk með álpappír til að hvíla sig.

Síið eldunarvökvann í gegnum fínt sigti og setjið hann aftur í Instant Pot. Bætið víninu og smjörinu út í og minnkið vökvann í hraðsuðupottinum, án loksins, niður í um það bil helming með því að nota [Sauté] aðgerðina.

Skerið steikt í sneiðar og berið fram á fati með gulrótum og kartöflum. Dreypið minnkaða eldunarvökvanum yfir og stráið timjan og hnetum yfir.

79. Gufusoðin rif með glærum hrísgrjónum

Hráefni

26 oz (750 g) rifbein að aftan

MARINAÐ INNIHALDSEFNI :

1 grænn laukur skorinn í stóra bita

1 lítið stykki af fersku engifer, skorið í sneiðar

1 msk (15 ml) dökk sojasósa

1 msk (15 ml) létt sojasósa

¼ tsk (1 ml) kjúklingabringur duft

½ tsk (3 ml) salt

1 tsk (5 ml) sykur

1 msk (15 ml) vatn

1 ½ msk (23 ml) maíssterkja

½ bolli (125 ml) glær hrísgrjón

2 bollar (500 ml) vatn

Einn daginn framundan, hreinsið rifin og skerið í bita á milli beinanna. Setjið rif og marineringarefni í lokaðan plastpoka. Lokaðu pokanum, hristu vel og settu í ísskáp yfir nótt.

Daginn sem rétturinn er gerður skaltu drekka glutinous hrísgrjónin í 2 bollum af vatni í 8 klukkustundir. Tæmdu hrísgrjónin, klæddu rifin með bleytu hrísgrjónunum og settu í grunna hitaþolna skál.

Bætið 2 bollum af vatni í Instant pottinn og setjið rjúkandi grindina í pottinn. Settu skálina sem inniheldur hrísgrjónin og rifin ofan á rjúkandi grindina.

Lokaðu og læstu lokinu á instant pottinum og vertu viss um að lokinn sé í lokunarstöðu. Veldu Steam aðgerðina og stilltu í 55 mínútur. Þegar tíminn er liðinn skaltu opna Instant Pot með því að nota hraðþrýstingslosun.

Taktu út gufusoðnu barnarif og hrísgrjón og njóttu!

80. Krydduð pastafiðrildi

ÞJÓNAR 4-6

Hráefni

2 msk (30 ml) ólífuolía

2 hvítlauksrif, söxuð

2 tsk (10 ml) ferskur heitur chilipipar, saxaður

eða 1 tsk (5 ml) af heitum piparflögum 1 klípa af oregano, þurrt

16 oz (500 g) farfalle eða slaufupasta

2 bollar (500 ml) tómatmauk

3 bollar (750 ml) vatn

2 tsk (10 ml) salt

Í Instant Pot on the Keep Warm Stilling, bætið við tveimur þyrlum af ólífuolíu, möluðum hvítlauksrifum, papriku/flögum og oregano (malið það á milli fingranna um leið og þú stráðir því á pönnuna).

Leyfðu hráefnunum að renna inn í olíuna við lágan hita þar til þú heyrir hvítlauksrifið krauma og verða létt gullin.

Hellið pastanu, tómatpúrrunni og rétt nógu miklu vatni út í til að það hylji pastað (það er í lagi ef nokkrir punktar standa upp úr hér og þar) og saltinu (ekki sleppa þessu). Hrærið öllu saman og fletjið pastað út í jöfnu lagi með tréskeiðinni, eða spaðanum, til að tryggja að sem flestir farfalle fari í kaf.

Lokaðu lokinu og stilltu lokann í háþrýstingseldunarstöðu. Eldið handvirkt í 6 mínútur við lágan þrýsting.

Þegar tíminn er liðinn skaltu opna hraðsuðupottinn með því að losa hratt um þrýstinginn í gegnum lokann.

Hrærðu í innihaldinu og láttu pastað standa í um það bil eina mínútu á meðan þú safnar saman skálum og áhöldum. Pastað er enn að eldast af hita hraðsuðupottarins svo ekki hafa það lengur en það.

Toppið hverja skál með litlum hring af ferskri extra virgin ólífuolíu. Njóttu!

81. Aspas vor risotto

ÞJÓNAR 4-6

Hráefni

1 pund (500 g) aspas

4 bollar (1 L) vatn

1 msk (15 ml) ólífuolía

1 meðalstór rauðlaukur, saxaður

2 bollar (500 ml) arborio hrísgrjón ¼ bolli (50 ml) þurrt hvítvín 2 tsk (10 ml) salt

1 sítrónubátur, kreistur um ½ tsk (3 ml) af safa

1 msk (15 ml) extra virgin ólífuolía (til skrauts)

Snyrtu aspasinn með því að fjarlægja viðarstönglana og farga þeim. Skerið síðan stilkana í litlar rondellur . Skerið oddana í heilu sneiðar og leggið til hliðar.

Bætið aspasstönglunum og vatni í hraðsuðupottinn.

Lokaðu og læstu lokinu á hraðsuðupottinum.

Eldið í 12 mínútur við háan þrýsting.

Þegar tíminn er liðinn skaltu opna eldavélina með því að losa þrýstinginn í gegnum lokann.

Hellið innihaldi hraðsuðupottarins (asparsoð og stilkur) í hitaþolið mæliglas og mælið 4 bolla (1L) með smá auka (um $\frac{1}{4}$ eða 60ml). Þetta er ör lagerinn þinn.

Setjið laukinn og ólífuolíuna í hitna hraðsuðupottinn og þeytið öllu í kring þar til laukurinn er farinn að mýkjast.

Bætið hrísgrjónunum út í og hjúpið olíu og lauk (hrísgrjónin verða aðeins hálfgagnsær) og haltu síðan áfram að hræra þar til kjarnan byrja að þorna og verða hvít aftur, um það bil 2 mínútur.

Skvettu í vínið og hrærðu þar til allt vínið hefur gufað upp.

Bætið aspas örsoðinu, aspasoddum og salti saman við og blandið öllu varlega saman við að skafa botninn á hraðsuðupottinum til að tryggja að ekkert festist þar.

1Lokaðu og læstu lokinu á hraðsuðupottinum.

1Eldið í 6 mínútur við háþrýsting.

1Þegar tíminn er liðinn skaltu opna eldavélina með því að losa þrýstinginn í gegnum lokann.

Bætið kreistu af sítrónusafa út í og blandið vel saman.

Berið fram með hring af bestu ólífuolíu þinni.27

82. Kjúklingur & kartöflu hrísgrjón

ÞJÓNAR 8

Hráefni

2 msk (30 ml) ólífuolía

1 grænn laukur, skorinn í 2" (5 cm) bita

1 lítið stykki af fersku engifer, skorið í sneiðar

1 stjörnu anís

1 pund (400 g) bein- og roðlaus kjúklingalæri, skorin í litla bita

2 bollar (500 ml) natríumsnautt kjúklingakraftur eða vatn

1 ½ msk (23 ml) dökk sojasósa

1 msk (15 mL) létt sojasósa ½ msk (7 mL) salt

1 ⅓ bollar (325 ml) hvít löng hrísgrjón

3 meðalgular kartöflur, skrældar og skornar í ¼" bita

1 grænn laukur, smátt saxaður 1 msk (15 ml) hráefni fyrir marinering af sesamolíu:

1 msk (15 ml) dökk sojasósa

1 msk (15 ml) létt sojasósa

¼ tsk (1 ml) hvítur piparduft

2 msk (30 ml) vatn

1 msk (15 ml) maíssterkja

Blandið saman kjúklingi og öllu hráefninu fyrir marineringuna kvöldið áður. Geymið í íláti með loki og setjið í ísskáp yfir nótt.

Hitið ólífuolíu yfir meðalháan hita í stórri steikingarlausri sautépönnu (þetta er líka hægt að gera í Instant Pot með því að nota Sauté aðgerðina)

Bætið 1 grænum lauk, anís, engifer og negul út í og eldið í eina mínútu.

Bætið marineruðu kjúklingakjöti út í, hrærið oft í um það bil 3 til 4 mínútur þar til kjúklingurinn að utan verður ljósbrúnn, setjið til hliðar.

Flyttu allan eldaðan kjúkling með vökva í Instant Pot. Bætið við kjúklingasoðinu, dökkum og ljósum sojasósum, salti, hrísgrjónum og kartöflum.

Lokaðu lokinu, vertu viss um að lokinn sé stilltur á „Sealing" stöðu. Veldu „Rice" aðgerðina og leyfðu að elda í 35 mínútur með því að stilla tímann.

Þegar tíminn er búinn, bíddu í 10 mínútur í viðbót, losaðu síðan þrýstinginn hratt og opnaðu lokið.

Hrærið fínt söxuðum grænum lauk og sesamolíu saman við. Lokið pottinum með loki og látið hrísgrjónin standa í 5 mínútur áður en þau eru borin fram. Njóttu!

83. Gufusoðin grísarif með muldum hrísgrjónum

ÞJÓNAR 6

Hráefni

6 pund (750 g) svínakjötsrif

½ bolli (125 ml) glær hrísgrjón

½ bolli (125 ml) hvít hrísgrjón

½ tsk (3 ml) piparkorn

1 anís

1 lítið stykki kínverskur kanill

2 msk (30 ml) vatn

1 tsk (5 ml) grænn laukur, ferskur og saxaður

marinade hráefni:

2 g ferskt engifer, rifið niður

1 msk (15 ml) hvítlaukur, nýhakkaður hvítlaukur

1 msk (15 ml) dökk sojasósa

1 msk (15 ml) létt sojasósa

⅓ tsk (2 ml) salt

½ tsk (3 ml) sykur

2 msk (30 ml) vatn

Hreinsið rifbein og skerið í bita á milli beinanna. Setjið rif og marineringarefni í endurlokanlegan poka, innsiglið og hristið vel. Sett í ísskáp í 2 klst.

Bætið hrísgrjónum, piparkornum, anís og kínverskum kanil í litla steikarpönnu og eldið við meðalhita. Hrærið og eldið þar til hrísgrjónin eru örlítið gullin. Setjið til hliðar til að kólna. Fargið piparkornum, anís og kínverskum kanil.

Setjið soðin hrísgrjón í blandara og blandið nokkrum sinnum þar til þau verða maísmjölsstærð. Húðaðu rifin jafnt yfir með muldum hrísgrjónum og settu í grunna skál. Blandið 2 msk (30 ml) vatni saman við afganginn af marineringarsósunni og hellið á rifin.

Settu gufugrindina í Instant Pot. Fylltu vatn að 2 bolla merkinu. Settu skálina með rifbeinunum á gufugrindina. Hyljið lokið og snúið gufulosunarhandfanginu í þéttingarstöðu. Veldu Steam og stilltu [+] eða [-] hnappinn til að stilla 45 mínútur af eldunartíma.

Þegar það er búið skaltu bíða í 5 mínútur í viðbót. Slepptu þrýstingnum hægt og opnaðu síðan lokið.

Takið gufusoðnu rifin út og skreytið með 1 tsk (5 ml) af söxuðum grænum lauk.

84. Auðvelt chili colorado kæfð burritos

ÞJÓNUSTA 10-12

HRÁEFNI

3 pund (1500 g) beinlaus nautasteik, í teningum

16 oz (475 ml) enchiladasósa, skipt

2 nautakjötsbaunir eða 2 msk (30 ml) nautabotn

½ bolli (125 ml) vatn

10 -12 hveiti-tortillur á stærð við burrito

2 bollar (500 ml) rifinn ostur

Bætið nautakjöti, 1 bolli af enchiladasósu, skál og vatni í pottinn. Ýttu á [Pressure Cook] og 30 mínútna þrýstieldunartíma. Þegar píp heyrist skaltu slökkva á hraðsuðupottinum og nota náttúrulegan þrýstilok í 10 mínútur og gera svo hraðsleppingu til að losa þrýstinginn. Þegar loki fellur skaltu fjarlægja lokið varlega.

Setjið tortillu á bökunarplötu sem er klædd álpappír, bætið um það bil 1/2 bolli af nautakjöti við miðju tortillunnar, brjótið saman brúnirnar og rúllið upp í burrito. Endurtaktu með tortillunum sem eftir eru. Toppið með enchiladasósu og rifnum osti. Steikið þar til osturinn er freyðandi, um 2-4 mínútur.

85. Kālua svínakjöt

ÞJÓNAR 12

HRÁEFNI

4 lb (2 kg) steikt af svínaöxli (svínastuð), skorið í 2 bita

½ bolli (125 ml) vatn

1 msk (15 ml) Hickory Liquid Smoke

2 tsk (10 ml) gróft Kosher salt (eða Hawaii salt)

Ýttu á [Sauté] til að forhita eldavélina. Þegar orðið „Heitt" birtist á skjánum skaltu bæta olíu í pottinn. Brúnið hvern helming af steikinni fyrir sig. Takið á fat þegar það er brúnað.

Slökktu á hraðsuðupottinum og bættu vatni og fljótandi reyk í pottinn. Bætið brúnuðum steikum og uppsöfnuðum safa í pottinn. Stráið salti ofan á svínasteikarnar.

Ýttu á [Pressure Cook] og notaðu síðan [+] hnappinn til að stilla 90 mínútur af háþrýstingseldunartíma. Þegar píp hljómar skaltu nota náttúrulega losun til að losa þrýstinginn (u.þ.b. 20 mínútur). Þegar loki fellur skaltu fjarlægja lokið varlega.

Fjarlægðu kjötið úr hraðsuðupottinum og rífðu það með tveimur gafflum, fargaðu umframfitu um leið og þú tætir. Bætið við nokkrum af safanum úr hraðsuðupottinum til að væta kjötið. (Ég notaði fituskilju til að fjarlægja fitu úr safanum.)

86. Auðvelt osso buco

ÞJÓNAR 6

HRÁEFNI

1/4 tsk af paprikunni í innri pottinum í 6-lítra Instant Pot.

1 bolli (250 ml) laukur, smátt saxaður

½ bolli (125 ml) gulrót, smátt skorin

½ bolli (125 ml) sellerí, smátt saxað

¼ bolli (50 ml) kjúklingasoð, fitulaust og natríumsnautt

1 msk (15 ml) ferskt rósmarín, saxað

2 tsk (10 ml) ferskt timjan, saxað

1 (15 oz) dós heilir tómatar, tæmdir og saxaðir

4 hvítlauksrif, söxuð

¾ tsk (4 ml) salt

½ tsk (3 ml) svartur pipar, nýmalaður

4 tsk (20 ml) ólífuolía

6 (10 oz) kálfaskankar (2" eða 5 cm þykkt)

¾ bolli (175 ml) chardonnay eða annað þurrt hvítvín

¼ bolli (50 ml) fersk steinselja, smátt saxuð

1 tsk (5 ml) rifinn appelsínubörkur

1 lítill hvítlauksgeiri, saxaður

Blandið saman fyrstu 8 hráefnunum (lauk í gegnum hvítlauk), 1/4 teskeið af salti og

Hitið stóra nonstick pönnu yfir meðalháum hita. Bætið 2 tsk af olíu á pönnu; þyrlast til að klæðast.

Stráið kálfakjöti yfir 1/2 tsk salti sem eftir er og 1/4 tsk pipar. Bætið helmingnum af kálfakjöti á pönnu; eldið í 10 mínútur, brúnað á öllum hliðum. Setjið kálfakjöt í eldavél. Endurtaktu málsmeðferðina með 2 tsk olíu sem eftir eru og kálfakjöt sem eftir er.

Bætið víni á pönnuna, skafið pönnu til að losa brúna bita. Látið suðuna koma upp; eldið þar til það er minnkað í 1/2 bolla (um það bil 2 mínútur).

Hellið vínblöndu yfir kálfakjöt í eldavél. Lokaðu og læstu lokinu á Instant Pot . Snúðu gufulosunarhandfanginu í „Venting" stöðu. Ýttu á [Slow Cook] og notaðu [Adjust] til að velja „Minni" stillingu. Ýttu á [-] eða [+] til að velja 4 klst eldunartíma. (Eldið viðbótartíma, ef þörf krefur, þar til kálfakjöt er mjög meyrt.)

Fjarlægðu kálfakjöt úr eldavélinni; halda hita. Fjarlægðu fitu af yfirborði eldunarvökvans; hellið eldunarvökva í meðalstóran pott.

Látið suðuna koma upp við meðalháan hita; eldið þar til minnkað í 3 bolla (um það bil 13 mínútur), hrærið af og til.

Sameina steinselju, appelsínubörkur og 1 hvítlauksrif í lítilli skál.

Skiptu kálfakjöti í 6 grunnar skálar; toppið jafnt með eldunarvökva og steinseljublöndu.

87. Hnetukjúklingur og sykurbaunir með núðlum

ÞJÓNAR 6

HRÁEFNI

1 ½ pund (750 g) kjúklingabringur, skornar í hæfilega stóra bita

3 msk (45 ml) maíssterkju

2 msk (30 ml) teriyaki sósa

2 tsk (10 ml) hakkaður ferskur hvítlaukur

¼ tsk (1 mL) mulin rauð paprika 1 tsk (5 mL) dökk sesamolía

2 bollar (500 ml) kjúklingasoð, fitulaust og lágt natríum

¼ bolli (50 ml) hnetusmjör, náttúrulegt

2 ½ (625 ml) bollar snyrtar sykurbaunir

1 bolli (250 ml) gulrætur skornar með eldspýtu

1 (12 oz) pakki spaghettí

½ bolli (125 ml) laukur, skorinn í sneiðar

¼ bolli (50 ml) jarðhnetur, saxaðar ósaltaðar og þurrristaðar

Lime bátar (valfrjálst)

Blandið kjúklingi, 2 msk af maíssterkju, 1 msk af teriyaki sósunni, 1 tsk af hvítlauknum og rauðum pipar saman í skál; kasta vel.

Hitið stóra nonstick pönnu yfir meðalháum hita. Bætið olíu á pönnu; þyrlast til að klæðast. Bætið kjúklingablöndu á pönnu; eldið í 6 mínútur, brúnað á öllum hliðum. Hrærið 1/2 bolla af seyði út í, skafið pönnu til að losa brúnaða bita. Flyttu kjúklingablöndunni yfir í innri pottinn í 6-litra Instant Pot.

Blandið afganginum af 1 1/2 bolla af seyði, hnetusmjöri, 1 msk maíssterkju sem eftir er, 1 msk teriyaki sósu sem eftir er og 1 tsk hvítlauk í skál; hellið yfir kjúklingablönduna.

Lokaðu og læstu lokinu á Instant Pot. Snúðu gufulosunarhandfanginu í „Venting" stöðu. Ýttu á [Slow Cook] og notaðu [Adjust] til að velja „More" ham. Ýttu á [-] eða [+] til að velja 1 klukkustund og 30 mínútur eldunartíma.

Þegar tíminn er liðinn skaltu opna lokið og hræra í ertum og gulrótum. Endurtaktu hæga eldunaraðferðina og veldu 30 mínútna eldunartíma. Þegar tíminn er liðinn ættu baunir að vera stökkar.

Á meðan baunir og gulrætur elda, eldaðu pasta samkvæmt leiðbeiningum á pakkanum , slepptu salti og fitu; holræsi. Bætið soðnu spaghetti við kjúklingablönduna í eldavélinni; kasta vel.

Stráið lauk og hnetum yfir; berið fram með limebátum, ef vill. Njóttu!

EFTIRLITUR

88. Epli kanil rúsínu brauð búðing

HRÁEFNI

FYRIR BRAUÐBÚÐINGINN

2 matskeiðar (28 g) ósaltað smjör, brætt, auk meira fyrir pönnuna
1/2 bolli (100 g) dökk púðursykur
21/2 bollar (590 ml) nýmjólk
4 egg, þeytt
2 tsk (10 ml) vanilluþykkni
1 tsk malaður kanill
1/2 tsk malaður múskat
1/4 tsk salt
8 bollar (400 g) kanilrúsínubrauð í teningum
1/2 bolli (75 g) saxaðar pekanhnetur, ristaðar
2 meðalstór bökunarepli, skræld, kjarnhreinsuð og saxuð
11/2 bollar (355 ml) vatn

FYRIR SÆTU VANILLU SÓSSU

1/2 bolli (112 g) ósaltað smjör
1/2 bolli (100 g) kornsykur
1/2 bolli (100 g) dökk púðursykur
1/4 tsk salt
1 matskeið (15 ml) vanilluþykkni
1/2 bolli (120 ml) þungur þeyttur rjómi

LEIÐBEININGAR

BRAUÐBÚÐING

Þeytið saman 2 matskeiðar (28 g) smjör, púðursykur, mjólk, egg, vanillu, krydd og salt í stórri skál. Bætið við teningabrauðinu, ristuðu hnetunum og eplabitunum. Blandið þar til það hefur blandast vel saman. Settu til hliðar á meðan þú undirbýr pönnuna.

Notaðu annað hvort 6 bolla (1410 ml) Bundt eða 11/2 lítra (4 L) kringlótt eldfast mót, smyrðu botninn og hliðarnar á pönnunni. Vertu viss um að komast í hornin á pönnunni. Hellið brauðbúðingblöndunni í tilbúna pönnuna.

Settu grind í hraðsuðupottinn þinn. Bætið vatninu við botninn á pottinum. Sprayðu álpappírsstykki með nonstick eldunarúða og settu (úðahlið niður) yfir brauðbúðinginn. Þetta mun vernda búðinginn fyrir umfram raka meðan á eldun stendur. Notaðu álpappír til að lækka brauðbúðinginn á borðið.

Lokaðu og læstu lokinu og vertu viss um að gufulosunarhnappurinn sé í þéttingarstöðu. Eldið við háþrýsting í 25 mínútur. Þegar eldunartímanum er lokið skaltu nota hraðsleppingarleiðbeiningarnar með því að snúa losunarhnappinum í loftræstingu og losa gufuna. Þegar flotpinninn er fallinn skaltu opna lokið og opna það varlega.

Notaðu álpappírinn til að taka fatið úr hraðsuðupottinum. Ef þér líkar við stökkan topp skaltu setja fatið á pönnu og setja í ofninn við 400°F (200°C, eða gasmerki 6) í 5 mínútur. Fylgstu vel með brauðbúðingnum svo hann verði ekki of brúnn.

89. New York - stíl

HRÁEFNI

FYRIR SKORPAN

2 bollar (224 g) möndlumjöl
1/4 tsk salt
11/2 matskeiðar (18 g) púðursykur
1/4 bolli (56 g) ósaltað smjör, brætt

FYRIR ostakökuna

1 pund (454 g) rjómaostur, við stofuhita
2 matskeiðar (16 g) maíssterkju
2/3 bolli (128 g) kornsykur Klípa af salti
1/2 bolli (120 g) sýrður rjómi, við stofuhita
2 tsk (10 ml) vanilluþykkni
1/8 tsk möndluþykkni 2 stór egg, við stofuhita
1 bolli (235 ml) kalt vatn

LEIÐBEININGAR

SKORPU

Sprautaðu létt botn og hliðar á 7 x 3 tommu (18 x 6 cm) springformi með nonstick eldunarúða.

Klippið hring af smjörpappír í sömu stærð og botninn á springforminu þínu . Settu smjörpappírshringinn á botninn á pönnunni þinni og úðaðu létt með viðbótar nonstick úða. Setja til hliðar.

Blandið saman möndlumjöli, salti og púðursykri í lítilli skál. Bætið bræddu smjöri út í og hrærið með gaffli þar til það festist saman.

Hellið skorpublöndunni í tilbúna pönnuna. Dreifið með fingrunum og þrýstið varlega niður til að mynda jafnt lag. Settu pönnuna inn í frysti á meðan þú gerir ostakökudeigið.

Ostakaka

Í meðalstórri blöndunarskál, þeytið rjómaostinn með handþeytara á lágum hraða þar til hann er sléttur. Í lítilli blöndunarskál, blandaðu saman maíssterkju, kornsykri og salti. Bætið helmingnum af sykurblöndunni út í rjómaostinn og þeytið þar til það er rétt innlimað. Skafðu niður hliðar skálarinnar með spaða. Bætið afganginum af sykurblöndunni út í og þeytið þar til það er rétt innlimað. Bætið sýrða rjómanum og vanillu- og möndluþykkni út í rjómaostablönduna. Þeytið þar til það kemur bara saman.

Bætið eggjunum út í, einu í einu, skafið skálina vel niður eftir hverja viðbót. Ekki ofblanda.

Takið skorpuna úr frystinum. Vefjið botninn á pönnunni þétt inn með álpappír til að koma í veg fyrir leka. Hellið rjómaostadeiginu yfir skorpuna. Bankaðu létt á borðplötuna til að fjarlægja loftbólur.

Hellið köldu vatni í innri pottinn á hraðsuðupottinum þínum. Setjið grind í pottinn. Notaðu álpappír til að setja ostakökupönnuna varlega ofan á borðið. Gakktu úr skugga um að pannan snerti ekki vatnið.

Lokaðu og læstu lokinu og vertu viss um að gufulosunarhnappurinn sé í þéttingarstöðu. Eldið við háþrýsting í 40 mínútur. Þegar því er lokið skaltu nota hraðsleppingarleiðbeiningarnar með því að snúa losunarhnappinum í loftræstistöðu og sleppa gufunni. Þegar flotpinninn er fallinn skaltu opna lokið og opna það varlega. Þurrkaðu yfirborð ostakökunnar varlega með pappírshandklæði til að draga í sig þéttingu.

Fjarlægðu ostakökuna varlega og settu hana á grind til að kólna.

Þegar ostakakan er alveg kæld skaltu setja í kæli í 6 til 8 klukkustundir eða yfir nótt. Þegar þú ert tilbúinn til að bera fram skaltu taka ostakökuna úr kæli. Losaðu hliðarnar á springforminu og renndu þunnum hníf á milli bökunarpappírsins og skorpunnar og renndu síðan varlega á framreiðsludisk.

Afrakstur: Ein 7 tommu (18 cm) ostakaka

90. Hrísgrjónabúðingur með rúsínum

HRÁEFNI

1 bolli (150 g) rúsínur

5 bollar (1175 ml) mjólk

1 bolli (235 ml) sjóðandi vatn

2 egg

11/2 bollar (270 g) Arborio hrísgrjón

1 bolli (235 ml) hálf og hálfur

3/4 bolli (144 g) sykur

2 tsk (10 ml) vanilluþykkni

1/2 tsk salt

LEIÐBEININGAR

Blandið saman rúsínunum og sjóðandi vatni í meðalstórri skál. Lokið og setjið til hliðar í 30 mínútur til að fylla rúsínurnar.

Blandið hrísgrjónum, sykri, salti og mjólk saman í innri pottinn á hraðsuðupottinum þínum. Þrýstið á Sauté eða Browning og látið suðuna koma upp, hrærið stöðugt í til að leysa upp sykurinn. Um leið og blandan kemur að suðu, ýttu á Cancel, lokaðu síðan og læstu lokinu og vertu viss um að gufulosunarhnappurinn sé í lokunarstöðu.

Eldið við lágan þrýsting í 15 mínútur. Þegar hrísgrjónin eru búin skaltu leyfa 10 mínútna náttúrulegri þrýstingslosun. Eftir 10 mínútur skaltu snúa hnappinum í loftræstingarstöðu og losa þá gufu sem eftir er.

Þegar flotpinninn fellur skaltu opna lokið og opna það varlega.

Ýttu á Hætta við.

Á meðan hrísgrjónin eru að kólna, þeytið eggin, hálft og hálft, og vanillu saman í meðalstórri skál. Hellið blöndunni varlega í pottinn með hrísgrjónunum. Hrærið til að blanda saman. Kveiktu aftur á hraðsuðupottinum og veldu Sauté eða Browning. Hrærið þar til hrísgrjónin eru rétt að byrja að sjóða.

Þegar hrísgrjónin eru orðin heit, tæmdu rúsínurnar úr bleytivökvanum og hrærðu í pottinn. Berið fram strax eða hellið í stórt fat til að kæla. Búðingurinn mun þykkna þegar hann kólnar, svo þú gætir viljað bæta aðeins við hálf-og-helming ef þú ætlar að bera hann fram kalt.

Afrakstur: 6 skammtar

91. Einstakar key lime ostakökur

HRÁEFNI

FYRIR SKORPAN

11/4 bollar (125 g) malaðar smákökur
11/2 tsk púðursykur
2 matskeiðar (28 g) ósaltað smjör, brætt Klípa af salti
Fyrir ostakökuna

8 aura (227 g) rjómaostur, við stofuhita
1 matskeið (8 g) maíssterkju
1/3 bolli (65 g) kornsykur
Klípa af salti
1 matskeið (15 ml) Key lime safi
1/4 bolli (60 g) sýrður rjómi, við stofuhita
1 tsk vanilluþykkni
1 matskeið (6 g) fínt rifinn Key lime börkur, auk meira til að skreyta
1 stórt egg, við stofuhita 11/2 bollar (355 ml) vatn Þeyttur rjómi, til skrauts

SKORPU

Sprautaðu létt að innan í sex 4-aura (115 g) múrkrukkum með eldunarúða.

Í lítilli skál, blandið saman muldum smákökum, púðursykri, smjöri og salti. Skiptu kexblöndunni jafnt á milli mason krukkanna. Þrýstu smákökubotninum varlega að botni glösanna.

OSTAKAKA

Í meðalstórri blöndunarskál, þeytið rjómaostinn með handþeytara á lágum hraða þar til hann er sléttur. Í lítilli blöndunarskál, blandaðu saman maíssterkju, kornsykri og salti. Bætið sykurblöndunni út í rjómaostinn og þeytið þar til það er rétt innlimað. Skafið niður hliðar skálarinnar með spaða.

Bætið límónusafa, sýrðum rjóma, vanillu og lime-safa út í rjómaostablönduna. Þeytið þar til það kemur bara saman. Bætið egginu við; hrærið þar til það er bara blandað saman. Ekki ofblanda.

Skiptið ostakökudeiginu jafnt á milli krukkanna. Bankaðu krukkunum létt á borðið til að losa allar stórar loftbólur.

Bætið vatninu í botninn á innri pottinum.

Settu grind í pottinn. Settu fylltu krukkurnar á grindina, gætið þess að hliðar krukkanna snerti ekki hvor aðra né hliðar pottsins. Þú ættir að geta sett fimm í kringum brúnirnar og hafa pláss fyrir eina krukku í miðjunni. Settu létt stórt álpappír yfir allar krukkurnar.

Lokaðu og læstu lokinu og vertu viss um að gufulosunarhnappurinn sé í þéttingarstöðu. Eldið við háþrýsting í 4 mínútur. Þegar eldunartímanum er lokið, leyfðu því að losa náttúrulega í 10 mínútur, færðu síðan hnappinn í loftræstingarstöðu og slepptu öllum gufu sem eftir er. Þegar flotpinninn fellur skaltu opna lokið og opna það varlega. Ýttu á Hætta við.

Fjarlægðu álpappírinn og dragðu í þig þéttingu á yfirborði ostakökunna með því að þeyta varlega með pappírshandklæði. Látið ostakökurnar kólna í pottinum í 30 mínútur, takið þær síðan á kæligrindi og látið kólna þar til þær ná stofuhita. Setjið plastfilmu yfir ostakökurnar og setjið í kæliskáp í að minnsta kosti 6 til 8 klukkustundir, helst yfir nótt.

Berið fram skreytt með þeyttum rjóma og viðbótar lime-berki.

Afrakstur: 6 stakar ostakökur

92. Sætkryddað eplamauk

HRÁEFNI

3 pund (4 kg) úrval epli, kjarnhreinsuð og skorin í fjórða

1 matskeið (20 g) hunang

1/4 bolli (60 ml) vatn

1 1/2 matskeiðar (10 g) malaður kanill

1/4 tsk malaður múskat

2 heilar kanilstangir

LEIÐBEININGAR

Settu allt hráefnið í innri pottinn á rafmagns hraðsuðupottinum þínum.

Lokaðu og læstu lokinu og vertu viss um að gufulosunarhnappurinn sé í þéttingarstöðu. Eldið við háþrýsting í 5 mínútur. Þegar eldunartímanum er lokið skaltu leyfa fullkominni náttúrulegri losun.

Fjarlægðu kanilstangirnar. Notaðu blöndunartæki til að mauka eplin þannig að það sé eins og þú vilt. Ef þú átt ekki blöndunartæki geturðu notað matvinnsluvél eða borðblandara. Passaðu bara að blanda saman í skömmtum því eplamaukið verður frekar heitt!

Látið kólna og berið fram!

Afrakstur: 8 bollar (1960 g)

93. Tvöföld súkkulaði fudge ostakaka

HRÁEFNI

FYRIR SKORPAN

1 (1 únsa, eða 171 g) súkkulaðikaka

1 matskeið (12 g) kornsykur

1/4 tsk salt

2 matskeiðar (28 g) ósaltað smjör, brætt

FYRIR ostakökuna

1 1/4 bollar (219 g) hálfsætar súkkulaðiflögur

1 pund (454 g) rjómaostur, við stofuhita

3/4 bolli (144 g) kornsykur

3 stór egg, við stofuhita

1/4 bolli (60 g) sýrður rjómi

2 tsk (10 ml) vanilluþykkni

1 1/2 bollar (355 ml) vatn

Sælgætissykur, til að rykhreinsa

LEIÐBEININGAR

SKORPU

Úðaðu 7 x 3 tommu (18 x 6 cm) springformi með eldunarúða sem er ekki stafur. Skerið smjörpappírshring í sömu stærð og botninn á pönnunni og setjið hann í pönnuna. Sprautaðu á pergamentið. Setja til hliðar.

Settu kökurnar í skál matvinnsluvélar og blandaðu þar til þær líkjast grófum sandi. Hellið smákökumylsnunni í meðalstóra skál og bætið sykri og salti út í. Hrærið til að blanda saman. Bætið bræddu smjöri út í og hrærið þar til blandan festist saman.

Þrýstið molunum varlega jafnt á botninn á tilbúnu pönnunni. Notaðu fingurna eða flatbotna gler til að hjálpa til við að þrýsta skorpunni á sinn stað. Settu skorpuna inn í frysti á meðan þú gerir fyllinguna.

OSTAKAKA

Í miðlungs örbylgjuþolinni skál, bræðið súkkulaðibitana á miklum krafti, hrærið á 30 sekúndna fresti, þar til þær eru sléttar og alveg bráðnar. Látið kólna aðeins.

Í skálinni með hrærivél, þeytið rjómaostinn þar til hann er sléttur. Bætið við 3/4 bolla (144 g) kornsykri og haltu áfram að þeyta. Bætið eggjunum út í, einu í einu, þeytið í 1 mínútu og skafið niður hliðar skálarinnar eftir hverja viðbót. Þeytið sýrða rjómann og vanilluna út í þar til það hefur blandast að fullu saman.

Með hrærivélinni á lágum hraða, bætið rólega kældu bræddu súkkulaðinu út í. Blandið alveg saman við.

Hellið fyllingunni í tilbúna skorpu.

Bankaðu á fatið á borðið til að fjarlægja loftbólur.

Settu grind í botninn á innri pottinum á hraðsuðupottinum og bættu vatninu við.

Vefjið botninum á springforminu þétt inn í álpappír. Sprautaðu álpappír létt með nonstick matreiðsluúða og settu (úðahlið niður) yfir ostakökuna. Notaðu álpappír til að lækka pottinn niður á grindina.

Lokaðu og læstu lokinu og vertu viss um að gufulosunarhnappurinn sé í þéttingarstöðu. Eldið við háþrýsting í 56 mínútur. Þegar því er lokið skaltu nota hraðsleppingu með því að snúa losunarhnappinum í útblástursstöðu og sleppa allri gufunni. Þegar flotpinninn fellur skaltu opna lokið og opna það varlega. Ýttu á Hætta við.

Notaðu álpappírinn og færðu ostakökuna varlega á vírkæligrindi. Eftir 1 klukkustund skaltu fjarlægja álpappírinn og renna þunnum hníf um brúnir ostakökunnar til að losa hana af pönnunni.

Hyljið með plastfilmu og setjið í kæli í að minnsta kosti 8 klukkustundir eða yfir nótt, þar til það er alveg stíft.

Skerið í 8 sneiðar og berið fram með sælgætissykri yfir.

Afrakstur: 8 sneiðar

94. Mexíkósk súkkulaði pund kaka

HRÁEFNI

11/2 bollar (355 ml) vatn

11/3 bollar (160 g) Alhliða glútenfrítt

1 bolli (175 g) hálfsætt súkkulaðihveitiblanda

franskar, skipt

1/2 tsk matarsódi

1/4 bolli (56 g) ósaltað smjör, mildað

1 matskeið (7 g) malaður kanill

1 bolli (192 g) sykur 1/4 tsk salt

2 stór egg, við stofuhita

1/2 bolli (120 ml) súrmjólk, skipt

1/3 bolli (80 ml) súkkulaðisíróp

2 matskeiðar (30 ml) þungur rjómi

1 matskeið (15 ml) glútenfrítt vanilluþykkni

LEIÐBEININGAR

Helltu vatninu í innri pottinn á hraðsuðupottinum þínum. Bætið tígli út í pottinn. Úðaðu 7 x 3 tommu (18 x 6 cm) springformi með eldunarúða sem er ekki stafur. Setja til hliðar.

Settu 2/3 bolla (115 g) af súkkulaðibitunum í örbylgjuofnþolna skál. Örbylgjuofn á miklum krafti með 30 sekúndna millibili þar til súkkulaðið er bráðið og slétt, hrærið vel í hvert skipti. Setja til hliðar.

Þeytið smjör og sykur í skál með hrærivél í 6 mínútur, eða þar til blandan er létt og loftkennd. Bætið eggjunum út í, einu í einu, þeytið vel eftir hverja viðbót. Bætið súkkulaðisírópinu, vanillu og bræddu súkkulaðibitum saman við og þeytið þar til það hefur blandast vel saman.

Í meðalstórri skál, þeytið saman hveitiblönduna, matarsóda, kanil og salt. Með hrærivélinni á lágum hraða, bætið helmingnum af hveitiblöndunni út í súkkulaðideigið og blandið vel saman. Bætið 1/4 bolla (60 ml) af súrmjólkinni út í og blandið saman. Bætið afganginum af hveitiblöndunni út í og svo restinni af súrmjólkinni, haltu áfram að þeyta á lágum hraða þar til blandan hefur aðeins blandast saman.

Hellið deiginu í tilbúna pönnuna. Sprayðu aðra hlið álpappírs með nonstick matreiðsluúða og hyldu kökuna (úðahliðina niður), þrýstu brúnirnar til að loka. Notaðu álpappír til að lækka kökuna niður á borðplötuna í hraðsuðupottinum þínum.

Lokaðu og læstu lokinu og vertu viss um að gufulosunarhnappurinn sé í þéttingarstöðu. Eldið við háþrýsting í 55 mínútur. Þegar eldunartímanum er lokið, leyfðu 10 mínútna náttúrulegri losun, snúðu síðan hnappinum í útblástursstöðu og losaðu alla gufu sem eftir er. Þegar flotpinninn fellur skaltu opna lokið og opna það varlega.

Notaðu álpappírinn til að lyfta kökunni úr pottinum og setja á vírkæligrind. Fjarlægðu álpappírinn af toppnum og láttu kökuna kólna í 10 mínútur. Notaðu mjóan spaða eða mjóan hníf, losaðu kökuna varlega frá hliðum formsins og hvolfið á kæligrindina. Látið kólna alveg.

Eftir að kakan er orðin köld skaltu búa til gljáann. Örbylgjuofn af 1/3 bolla (60 g) súkkulaðibitunum í örbylgjuþolinni skál við háan kraft í 2 mínútur, hrærið eftir 30 sekúndna fresti, þar til slétt. Bætið þunga rjómanum út í og örbylgjuofn í 15 sekúndur til viðbótar, eða þar til það er aðeins heitt í gegn. Hrærið þar til slétt og gljáandi. Dreypið gljáanum yfir kökuna. Leyfið kökunni að standa í 30 mínútur til 1 klst til viðbótar til að gljáinn stífni áður en hún er borin fram.

Afrakstur: 8 skammtar

95. Súkkulaði , appelsínu og ólífuolía nmini hraunkaka

BRAÐUR 1 LAVATERTU

HRÁEFNI

4 msk (60 ml) af öllu hveiti

¼ tsk (1 ml) krydd (appelsínubörkur)

4 msk (60 ml) sykur

1 klípa af salti

1 msk (15 mL) af beiskt kakódufti ½ tsk (3 mL) lyftiduft

1 meðalstórt egg

4 msk (60 ml) af mjólk

2 msk (30 ml) extra virgin ólífuolía

Settu hraðsuðupottinn upp með því að fylla hann með einum bolla af vatni, og gufukörfuna (eða gufukörfu og grind) og settu til hliðar.

Undirbúið bollann með því að dreifa ögn af ólífuolíu á innanverðu upp að efstu brúninni og leggið til hliðar.

Bætið hveiti, appelsínuberki (eða valinn kryddi), sykri, saltkakói og lyftidufti í mæliglas og blandið saman með gaffli. Bætið síðan egginu, mjólkinni, ólífuolíu saman við og hrærið kröftuglega þar til þú hefur einsleita smákökudeig. Hellið í krús. (öll aðskilin skref á annarri síðu)

Settu óhylja bikarinn í hraðsuðupottinn. Ef þú ert að búa til fleiri en einn bolla skaltu raða þeim þannig að þeir séu allir beinir og snerti ekki innri hraðsuðupottinn.

Lokaðu og læstu lokinu á hraðsuðupottinum og stilltu hitann á háan. Þegar pannan hefur náð þrýstingi, lækkið hitann í lágan og teljið 10-15 mínútur í eldunartíma undir háþrýstingi (eldið minna fyrir þykka miðju með kökutoppi, meira fyrir fasta kökusamkvæmni).

Þegar tíminn er liðinn, losaðu þrýstinginn.

Opnaðu toppinn og fjarlægðu úr pottinum með ofnhanska í hendinni og berðu fram á undirskál með teskeið strax fyrir gooey miðjuna - það mun halda áfram að elda svo ef þú lætur það hvíla mun innréttingin storkna.

96. Piña colada hrísgrjónabúðingur

ÞJÓNAR 8

HRÁEFNI

1 bolli (250 ml) Arborio hrísgrjón

1 ½ bollar (375 ml) vatn

1 msk (15 ml) kókosolía

¼ tsk (1 ml) salt

1 (14 oz) dós kókosmjólk

½ bolli (125 ml) sykur

2 egg

½ bolli (125 ml) mjólk

½ tsk (3 ml) vanilluþykkni

1 (8 oz) dós ananas mulinn, vel tæmd og helmingaður

Í Instant Pot, blandaðu saman hrísgrjónum, vatni, olíu og salti. Læstu lokið á sínum stað og veldu Háþrýstingur og 3 mínútur eldunartími.

Þegar píp heyrast slökktu á hraðsuðupottinum og notaðu náttúrulegan þrýstilok í 10 mínútur. Eftir 10 mínútur skaltu sleppa öllum þrýstingi sem eftir er með hröðum þrýstingslosun.

Bætið kókosmjólk og sykri við hrísgrjón í þrýstisuðupottinum; hrærið til að blanda saman.

Þeytið egg með mjólk og vanillu í lítilli blöndunarskál. Hellið í gegnum fínt möskva sigi í þrýstisuðupottinn.

Veldu sauté og eldið, hrærið stöðugt, þar til blandan byrjar að sjóða. Slökktu á hraðsuðupottinum. Hrærið saman ananasbitum.

Hellið í rétta og kælið. Pudding mun þykkna þegar hann kólnar.

Borið fram með þeyttum rjóma, ristaðri kókoshnetu og maraschino kirsuber ef vill. Njóttu!

97. Crème brûlée

ÞJÓNUSTA 6-10

HRÁEFNI

2 bollar (500 ml) ferskur rjómi

6 eggjarauður

5 msk (75 ml) hvítur sykur

1 kanilstöng eða 1 tsk (5 ml) kanillduft

1 appelsína, rifin

TIL skreytinga:

Fáir spænir af múskat

4 msk (60 ml) hrásykur (demarara) til að karamellisera

Byrjið á því að hita rjómann, sítrusbörkinn og kanilstöngina upp á lágum hita í litlum pottinum og hrærið af og til. Þegar rjóminn byrjar að sjóða (freyða) skaltu slökkva á hitanum og láta innihaldsefnin dragast inn (um það bil 30 mínútur).

Í millitíðinni skaltu undirbúa hraðsuðupottinn þinn með því að bæta við tveimur bollum af vatni og gufukörfu. Setja til hliðar.

Bætið eggjarauðunum og sykri í blöndunarskál, þeytið þar til sykurinn er uppleystur.

Síðan, þegar rjóminn hefur kólnað niður í stofuhita (það ætti að finnast það hvorki heitt né kalt þegar þú stingur fingri í það) bætið við eggjarauðunum og hrærið með þeytaranum bara nógu mikið til að allt blandist vel saman (ekki þeyta).

Næst skaltu hella blöndunni hægt í gegnum sigi í stútílát (ef þú ert með slíkt mun það auðvelda að hella blöndunni í bollana eða ramekin).

Hellið blöndunni í ramekin, hyljið vel með filmu og raðið í gufukörfuna þannig að allir sitji beint (annars færðu skakkt skákrem).

Ef þú ert enn með smá lóðrétt pláss og auka bolla geturðu stafla aukabollunum ofan á í öðru lagi.

Lokaðu og læstu hraðsuðupottinum. Snúðu hitann upp í háan og reiknaðu 8 mínútur eldunartíma fyrir ramekin og aðeins 5 mínútur eldunartíma fyrir espressóbolla við LÁGAN þrýsting (tíminn er mismunandi eftir stærð og efni ramekinsins sem notuð er).

Þegar tíminn er liðinn skaltu opna hraðsuðupottinn með því að nota Natural Release leiðbeiningarnar - færðu eldavélina yfir á kalt brennara og gerðu ekki neitt. Bíddu þar til þrýstingurinn lækkar náttúrulega (um það bil 10 mínútur). Fyrir rafmagns hraðsuðukatla skaltu hætta við eða aftengja eldavélina til að aftengja „halda heitum" hringrásinni og telja 10 mínútur af tímanum og sleppa svo restinni af þrýstingnum með því að nota lokann.

Opnaðu hraðsuðupottinn og lyftu kreminu varlega upp úr. Opnaðu það fyrsta og sveiflaðu því aðeins. Það ætti að vera næstum fast, en ekki fljótandi (þetta þýðir að þeir hafa stífnað) - þeir munu storkna frekar þegar þeir eru kældir. Ef þau eru enn mjög fljótandi skaltu þrýsta elda í 5 mínútur til viðbótar með sömu opnunaraðferð og lýst er hér að ofan.

1Fjarlægið kremið og látið kólna án loks í um 30-45 mínútur.

1Þegar kreminu hefur verið kólnað skaltu setja plastfilmu yfir þau og setja í kæliskáp í 3-4 klukkustundir eða yfir nótt.

Áður en hún er borin fram, takið krem úr kæli, rífið smá múskat og stráið þunnu, jöfnu lagi af sykri ofan á.

Síðan skaltu annað hvort bræða sykurinn með matreiðslukyndli eða renna þeim undir grillið í ofninum þínum til að bræða og karamellisera sykurinn.

98. Hindberjaostakaka

ÞJÓNAR 8

HRÁEFNI

1 bolli (250 ml) mulið Oreo kex mola (12 Oreos)

2 msk (30 ml) smjör, brætt

FYLLING:

16 oz rjómaostur (stofuhita) ¼ bolli (50 ml) sykur

½ bolli (125 ml) hindberjasulta án fræja ¼ bolli (50 ml) sýrður rjómi

1 msk (15 ml) alhliða hveiti

2 egg (stofuhita) Álegg:

3/4 bolli (6 oz.) mjólkursúkkulaði, smátt saxað

⅓ bolli (75 ml) þungur rjómi Fersk hindber, til skrauts

Útbúið 7 tommu springform með því að hylja það með úða sem ekki festist. Klæðið með smjörpappír ef vill.

Í lítilli skál, sameina Oreo kex mola og smjör. Dreifið jafnt í botninn og 1 tommu upp á hliðina á pönnunni. Sett í frysti í 10 mínútur.

Í blöndunarskál blandið rjómaosti og sykri saman við meðalhraða þar til slétt. Blandið sultu, sýrðum rjóma og hveiti saman við.

Blandið eggjum út í einu í einu þar til það er blandað saman; ekki blanda saman. Hellið deiginu í springformið ofan á skorpuna.

Hellið 1 bolla af vatni í þrýstisuðupottinn og setjið grindina í botninn. Setjið fylltu pönnuna varlega á álpappír og lækkið hana í þrýstisuðupottinn. Brjóttu álpappírinn niður svo hún trufli ekki lokinu.

Læstu lokið á sínum stað. Veldu High Pressure og stilltu teljarann á 25 mínútur. Þegar píp heyrist skaltu slökkva á hraðsuðupottinum. notaðu náttúrulega þrýstingslosun í 10 mínútur, og gerðu síðan hraða þrýstingslosun til að losa um allan þrýsting sem eftir er. Þegar lokinn fellur skaltu fjarlægja lokið varlega.

Fjarlægðu ostakökuna og athugaðu ostakökuna til að sjá hvort miðjan sé stíf. Ef ekki, eldið þá ostakökuna í 5 mínútur til viðbótar. Notaðu hornið á pappírshandklæði til að drekka upp vatn ofan á ostakökuna.

Fjarlægðu springformið á grind til að kólna. Þegar ostakakan er kæld, kælið með plastfilmu í kæli í að minnsta kosti 4 klukkustundir eða yfir nótt.

Þegar ostakakan er kæld, undirbúið álegg.

UNDIRBÚÐU ÁLAÐIÐ

Setjið helminginn af súkkulaðinu í blöndunarskál. Hitið þungan rjóma á meðalháum hita þar til suðu kemur upp. Takið af hitanum og hellið rjóma strax yfir súkkulaðið og hrærið þar til súkkulaðið er alveg bráðið.

Bætið restinni af súkkulaðinu út í og hrærið þar til súkkulaðið er alveg bráðið. Kælið þar til ganache er þykkt en samt nógu þunnt til að leka niður hliðar ostakökunnar.

Setjið súkkulaðiganache ofan á ostakökuna, dreifið í brúnirnar og látið ganachann leka niður hliðarnar. Skreytið toppinn með hindberjum. Geymið í kæli þar til tilbúið er til framreiðslu.

99. Rauðvínssteiktar perur

ÞRÓTAR 6 PERUR

HRÁEFNI

6 stífar perur, afhýddar

1 flaska af rauðvíni - þurrt, súrt, tanngískt rauðvín (eins og Sangiovese eða Barbaresco)

1 lárviðarlauf

4 negull (kryddið)

1 stafur eða 1 tsk (5 ml) af kanil

1 tsk (5 ml) af engifer, eða 1 stykki af fersku engifer

2 bollar (500 ml) sykur

1 búnt af kryddjurtum til skrauts, salvía, mynta, oregano eða basil (valfrjálst)

Afhýðið perurnar en látið stilkana vera áfasta. Hellið vínflöskunni í hraðsuðupottinn.

Bætið lárviðarlaufi, negul, kanil, engifer og sykri út í. Blandið vel saman til að leysast upp.

Bætið perunum í hraðsuðupottinn og lokaðu og læstu lokinu.

Kveiktu á háum hita og þegar pannan hefur náð þrýstingi skaltu lækka hitann í lágmark og byrja að telja 5-7 mínútur í eldunartíma við háþrýsting.

Þegar tíminn er liðinn skaltu opna hraðsuðupottinn með Natural losunarleiðbeiningunum - færðu eldavélina af brennaranum og bíddu eftir að þrýstingurinn lækki af sjálfu sér (um það bil 10 mínútur). Þegar eldunartími er liðinn, teldu 10 mínútur af náttúrulegum opnum tíma. Slepptu síðan restinni af þrýstingnum hægt með því að nota lokann.

Dragðu perurnar varlega út með því að nota töng eða tvær skeiðar.

Settu perurnar til hliðar og settu hraðsuðupottinn aftur á hita, án loks, til að minnka eldunarvökvann niður í þriðjung af upprunalegu magni.

Dreypið sírópi á perur, skreytið með kryddjurtum og berið annað hvort fram við stofuhita eða kælt.

Ef þær eru búnar til fyrirfram, kælið perurnar í fljótandi sýrópinu.

100. Limoncello ricotta ostakaka - í krukku

ÞJÓNAR 4

HRÁEFNI

4 oz (125 g) biscotti

2 msk (30 ml) ósaltað smjör (hálf brætt og hálf mýkt)

2 msk (30 ml) sítrónubörkur, rifinn

6 oz (170 g) ricotta, tæmd (stofuhita)

8 oz (225 g) rjómaostur (stofuhita)

⅓ bolli (75 ml) sykur

¼ bolli (50 ml) limoncello líkjör (eða sítrónusafi)

1 msk (15 ml) vanilluþykkni (eða 1 umslag af vanillíni)

2 stór egg, þeytt (stofuhita)

1 heslihnetusúkkulaðistykki, til skrauts

Byrjaðu uppskriftina þína um klukkutíma áður en þú heldur að þú sért að meina það með því að draga eggin, ricotta, rjómaostinn úr kæli til að ná stofuhita.

Undirbúðu hraðsuðupottinn með því að bæta við tveimur bollum af vatni og gufukörfuinnskotið sett til hliðar.

Gríptu síðan ferning af mjúku smjöri og nuddaðu því í kringum botninn og brúnirnar á krukkum þínum eða hitaþéttu fati, settu til hliðar.

Bræðið smjörið á lítilli pönnu. Í matarhakkinu, mulið biscottiið, hellið bræddu smjöri út í og blandið aftur saman í síðasta sinn til að blanda saman.

Þrýstu molunum með aftan á fingurna eða skeið að botni krukkunnar, pönnu eða mótaðu í lag sem er ekki þykkara en $\frac{1}{4}$" tommu eða $\frac{1}{2}$ cm.

Settu krukkuna inn í kæli til að storkna skorpuna á meðan þú ferð í næstu skref.

Í blöndunarskál með blöndunartæki eða með gaffli hrært kröftuglega, brjótið upp og blandið ricotta. Bætið rjómaostinum og sykri út í. Bætið limoncello , vanillu og sítrónuberki út í smá í einu . Þegar öllu er hrært saman er þeyttum eggjum bætt út í. Niðurstaðan verður samkvæmni mjög rennandi pönnukökudeigs.

Taktu krukkuna úr ísskápnum og helltu ostablöndunni varlega yfir skorpuna í súpusleif súpusleif dregur úr leka.

Hyljið krukkuna vel með álpappír og lækkið hana í hraðsuðupottinn.

Lokaðu og læstu lokinu á hraðsuðupottinum. Snúðu hitann í háan og þegar eldavélin nær þrýstingi skaltu lækka hitann niður í lágmarkið sem eldavélin þarf til að halda þrýstingi. Eldið í 15-20 mínútur við háþrýsting.

NIÐURSTAÐA

The Instant Pot er ótrúlega fjölhæft tæki - en það getur líka verið svolítið ógnvekjandi. Snúðu þér í þessa rafmagns hraðsuðukatla til að fá leiðbeiningar og auðveldar, ljúffengar uppskriftir sem draga úr eldamennsku og láta þig steikja, sjóða, hæga eldun og steikja eins og atvinnumaður.

www.ingramcontent.com/pod-product-compliance
Lightning Source LLC
Chambersburg PA
CBHW070459120526
44590CB00013B/695